英语版

跟 我 学 汉 语

学生用书　第二册

Learn Chinese with Me
Student's Book 2

人民教育出版社
PEOPLE'S EDUCATION PRESS

图书在版编目（CIP）数据

跟我学汉语学生用书：英语版. 第 2 册／陈绂，朱志平主编. —北京：人民教育出版社，2004.8 （2018.10 重印）
ISBN 978-7-107-17422-3

Ⅰ.①跟…　Ⅱ.①陈…②朱…　Ⅲ.①汉语—对外汉语教学—教材　Ⅳ.①H195.4

中国版本图书馆 CIP 数据核字（2012）第 149297 号

跟我学汉语　学生用书　第二册（英语版）

出版发行　人民教育出版社
　　　　　（北京市海淀区中关村南大街 17 号院 1 号楼　邮编：100081）

网　　址	http://www.pep.com.cn	
经　　销	全国新华书店	
印　　刷	北京恒艺博缘印务有限公司	
版　　次	2004 年 8 月第 1 版	
印　　次	2018 年 10 月第 13 次印刷	
开　　本	890 毫米 ×1240 毫米　1/16	
印　　张	18.25	
插　　页	1	
字　　数	365 千字	
定　　价	94.00 元（附 2 张 CD）	
审 图 号	GS（2016）509 号	

Printed in the People's Republic of China

教材项目规划小组

严美华　姜明宝　张少春

岑建君　崔邦焱　宋秋玲

赵国成　宋永波　郭　鹏

主　　编　陈　绂　朱志平

编写人员　徐彩华　朱志平　娄　毅

宋志明　陈　绂

责任编辑　施　歌

英文翻译　李长英

美术编辑　张立衍

插图制作　北京天辰文化艺术传播有限公司

前　　言

　　《跟我学汉语》是一套专为海外中学生编写的汉语教材，使用对象主要是以英语为母语的中学生或者年龄在15岁～18岁的青少年第二语言学习者。

　　《跟我学汉语》凝聚了我们这些从事并热爱汉语教学的教师们的大量心血。这套教材从框架的设计到语言材料的选取安排，都吸收了当前汉语作为第二语言习得研究、特别是对以英语为母语的汉语习得研究的最新成果。由于编写者都是汉语作为第二语言教学的教师，因此能够从自己亲身进行教学的角度去设计教材，安排内容。在编写的过程中，我们也多次征求并采纳了海外中学以汉语为第二语言进行教学的一线教师的意见，这些意见给予了编写工作很好的启示。

　　《跟我学汉语》这套教材以零为起点，终点接近中级汉语水平。编写的主导思想是培养海外中学生学习汉语的兴趣。教材在内容的安排上力图自然、有趣，符合第二语言学习规律。教材语法点的出现顺序以表达功能的需要为基础，并用话题为线索来编排语言材料，从而带动交际能力的培养。《跟我学汉语》采用的话题得益于海外广大中学生的热情贡献。2001年编者在北美地区对两个城市的中学生进行了"你感兴趣的话题"的问卷调查，这套教材的话题即是从500多份调查材料中精心筛选出来的。我们希望，这套教材能够在不失系统性的基础上，表现出明显的功能性；在不失科学性的基础上，表现出明显的实用性；在不失严肃性的基础上，表现出明显的趣味性。

　　《跟我学汉语》全套教材共12册，包括学生用书4册以及配套的教师用书、练习册各4册，同时有与学生用书相配套的语音听力材料和多媒体教材。全套教材可供英语地区中学汉语教学9年级～12年级使用。

　　《跟我学汉语》是中国国家对外汉语教学领导小组办公室（简称国家汉办）所主持的一项重点研究项目的一部分，由北京师范大学承担。在编写这套教材的过程中，我们得到了方方面面的支持与帮助。为此，我们衷心感谢：

国家汉办严美华主任、姜明宝副主任、李桂苓女士、宋永波先生，他们的具体指导给予了教材编写最为有力的帮助；

加拿大温哥华、多伦多地区的汉语教师：Jean Heath, Kate McMeiken, Tina Du, Chong Fu Tan, Hua Tang, Larry Zehong Lei, Assunta Tan A.M., Maggie Ip, Billie Ng, Yanfeng Qu, Hilary Spicer, Tina Ding, Xue Wu，王献恩，李建一，高锡铭，戴大器，宋乃王……他们在教材的前期调研中提供了大量的帮助，在他们的帮助下，我们走近了北美地区，走近了我们要编写的教材；

美国芝加哥地区的汉语教师：纪瑾、车幼鸣、谢洪伟、李迪、傅海燕、顾利程，他们认真地试用了教材的初稿，并提出了宝贵的意见；

中国驻加拿大温哥华总领事馆教育参赞许琳女士、中国驻加拿大多伦多总领事馆教育参赞张国庆先生，他们以及他们的同事为教材的前期调研提供了大量帮助，为教材的编写付出了许多心血和精力，他们的热情和坦诚都令人感动；

中国驻美国芝加哥总领事馆教育组的江波、朱宏清等先生，他们为这套教材的试用与修改做了许多工作；

国家汉办原常务副主任、北京语言学院副院长程棠先生认真地审阅了全部学生用书、教师用书和练习册，并提出了中肯的意见。

在教材编写的初期和后期，国家汉办先后两次组织专家对教材的样课和定稿进行了审定，专家们提出了许多宝贵意见，我们在此一并致谢。

编　者

2003 年 9 月

Preface

Learn Chinese with Me is a series of textbooks designed especially for overseas high school students. It is mainly targeted at students of Chinese language, aged between 15 and 18 years old, whose native language is English.

Learn Chinese with Me is a product of many years' painstaking labor carried out with a passion and devotion to the cause of Chinese teaching. During the process of compiling this series (from the framework design to the selection and arrangement of the language materials), we have taken into consideration the latest research on the acquisition of Chinese as a second language, especially on the acquisition of Chinese by English-speakers, our own experiences of teaching Chinese as a second language and feedback from numerous other Chinese language teachers working on the front line. We were able to design the textbooks and arrange the content on the basis of a wide spectrum of knowledge and experience, both academic and practical.

This series of textbooks guides the students from beginner to low-intermediate level. The compiling principle is to foster high school students' interest in learning Chinese. The content is natural and interesting and arranged in accordance with the rules of learning a second language. To cope with the general needs of conducting daily communication, the sentence patterns and grammar are presented to students in an order that emphasizes functional usage and the language materials are arranged within situational topics. The selection of these topics owes a great deal to overseas high school students themselves. In 2001, we conducted a survey among high school students in two North American cities on *Topics That You're Interested in*, and the topics in this series of textbooks have been carefully selected based on this survey of over 500 questionnaires. It is our goal that this textbook series is, on the one hand, functional, pragmatic and interesting to the learner, and on the other hand, systematic, scientific, and academic.

The entire series of *Learn Chinese with Me* is composed of 12 books, including 4 Student's Books, 4 Teacher's Books, 4 Workbooks and other phonetic and listening materials and multimedia materials supplemented to the Student's Books. The series can meet the needs of teaching Chinese to 9-12 grades in English-speaking countries and communities.

This series of textbooks is part of a major project sponsored by China National Office for Teaching Chinese as a Foreign Language (NOCFL) and entrusted to Beijing Normal University to carry out. During the whole compiling process, we received assistance and support from various parties. Therefore, we'd like to dedicate our gratitude to:

Yan Meihua, Director of NOCFL, Jiang Mingbao, Vice Director of NOCFL, Ms. Li Guiling and Mr. Song Yongbo. Their specific directions have been of crucial assistance to us.

We would also like to thank the teachers in Vancouver and Toronto, Canada. They are Jean Heath, Kate McMeiken, Tina Du, Chong Fu Tan, Hua Tang, Larry Zehong Lei, Assunta Tan A.M., Maggie Ip, Billie Ng, Yanfeng Qu, Hilary Spicer, Tina Ding, Xue Wu, Xian'en Wang, Jianyi Lee, Ximing Gao, Daqi Dai and Naiwang Song etc. Through their help in the area of research and their valuable suggestions, we acquired a better knowledge of the North American classroom and finally came closer than ever before to the kind of textbook we have always strived to create.

The teachers of Chinese in Chicago, Jin Ji, Youming Che, Hongwei Xie, Di Lee, Haiyan Fu and Licheng Gu also provided valuable suggestions after they carefully read the first draft of the textbook.

We also really appreciate the great assistance offered by Ms. Xu Lin, Educational Attaché of the General Chinese Consulate in Vancouver, Canada and Mr. Zhang Guoqing, Educational Attaché of the General Chinese Consulate in Toronto, Canada. They and their colleagues gave us lots of help during our long-time survey for this book. Their devotion, enthusiasm and sincerity for the project has deeply impressed us.

Mr. Jiang Bo and Mr. Zhu Hongqing in charge of education in General Chinese Consulate in Chicago also made many contributions to the trial use and revision of this series.

In addition, we would like to give our special thanks to Mr. Cheng Tang, the former Vice Director of the Standing Committee of NOCFL and the Vice President of Beijing Language Institute. He made many critical proposals to us based on his careful study of all the Student's Books, the Teacher's Books and the Workbooks, and offered some invaluable suggestions.

At both the beginning and late stages of compiling this textbook series, NOCFL twice organized experts to examine and evaluate the textbook sample and the final draft. These experts, too, provided useful comments on the series. We are also grateful to them.

Compilers
September, 2003

What do you know about the minority nationalities that live in China?

Have you ever watched a leather-silhouette show? Do you want to make a shadow puppet and give a shadow play?

The leather show, which is also called the "shadow play" or the "light-shadow play", is one of China's traditional folk operas. The audience can see an enacted shadow of a plane puppet on a white cloth screen, on which a light is shone to cast the shadow of the puppet.

The main prop of the shadow play is a puppet made of leather or cardboard. When giving the show, the performers crouch behind the screen to operate the puppets and at the same time they talk and sing to the accompaniment of music.

CONTENTS

Unit Three   *A Caring Family*

Unit Four   *Diet and Health*

Unit Five   *Colorful Clothing*

Unit Six   *Treasure Our Environment*

Appendix

Table of Combinations of Initials and Finals in *Putonghua*

Unit One

Jack and His Classmates

Warming-up

Discuss with your classmates: Are you more comfortable talking with boys or girls, why?

你 认 识 他 们 吗?
nǐ rèn shi tā men ma

安 妮
ān nī

杰 克
jié kè

马 明
mǎ míng

王 小 雨
wáng xiǎo yǔ

李 大 龙
lǐ dà lóng

他 们 是 男 生。
tā men shì nán shēng

杰克 马明 李大龙

她 们 是 女 生。
tā men shì nǚ shēng

王小雨 安妮

1 我来介绍一下
wǒ lái jiè shào yí xià

Warming-up

When and where would you use these expressions?

我来介绍一下。
wǒ lái jiè shào yí xià

这是……，这是……
zhè shì　　zhè shì

欢迎，欢迎。
huān yíng　huān yíng

认识你们很高兴。
rèn shi nǐ men hěn gāo xìng

Text 1

It's the first day of the new semester. Jack comes to the classroom for the first time and he meets Ma Ming...

杰 克: 请 问 这 里 是 十 年 级 二 班 吗?
jié kè qǐng wèn zhè lǐ shì shí nián jí èr bān ma

马 明: 对。 你 找 谁?
mǎ míng duì nǐ zhǎo shuí

杰 克: 我 是 新 来① 的 学 生, 我 叫 杰 克。
jié kè wǒ shì xīn lái de xué shēng wǒ jiào jié kè

马 明: 欢 迎, 欢 迎。 我 叫 马 明。
mǎ míng huān yíng huān yíng wǒ jiào mǎ míng

---

① I'm new here.

Text 2

Wang Xiaoyu, Annie and Li Dalong enter the classroom, and Ma Ming introduces Jack to them.

小 雨： 你 早， 马 明！
xiǎo yǔ　 nǐ zǎo　 mǎ míng

马 明： 你 们 早！ 我 来 介 绍 一 下， 这 是 杰 克，
mǎ míng　 nǐ men zǎo　 wǒ lái jiè shào yí xià　 zhè shì jié kè

这 是 王 小 雨， 这 是……
zhè shì wáng xiǎo yǔ， zhè shì

安 妮： 我 叫 安 妮， 欢 迎 你 来 十 年 级 二 班！
ān nī　 wǒ jiào ān nī， huān yíng nǐ lái shí nián jí èr bān

大 龙： 你 好， 我 叫 李 大 龙。 欢 迎 你！
dà lóng　 nǐ hǎo， wǒ jiào lǐ dà lóng。 huān yíng nǐ

杰 克： 你 们 好， 认 识 你 们 很 高 兴。
jié kè　 nǐ men hǎo， rèn shi nǐ men hěn gāo xìng

New words

1. 年级	niánjí	(n.)	grade
2. 班	bān	(n.)	class
3. 新	xīn	(adj.)	new
4. 你早	nǐ zǎo		good morning
5. 介绍	jièshào	(v.)	introduce
6. 认识	rènshi	(v.)	to get to know; to know

Proper nouns

1. 马明	Mǎ Míng	Ma Ming
2. 王小雨	Wáng Xiǎoyǔ	Wang Xiaoyu
3. 安妮	Ānnī	Annie
4. 李大龙	Lǐ Dàlóng	Li Dalong

Exercises

1. Check the sentences (√ or ×).

(1) 马 明 是 新 来 的 学 生。　　　（　　）
    mǎ míng shì xīn lái de xuéshēng

(2) 杰 克 是 新 来 的 学 生。　　　（　　）
    jié kè shì xīn lái de xuéshēng

(3) 安 妮 不 是 新 来 的 学 生。　　（　　）
    ān nī bú shì xīn lái de xuéshēng

(4) 李 大 龙 不 是 新 来 的 学 生。（　　）
    lǐ dà lóng bú shì xīn lái de xuéshēng

2. Grade and class.

(1) Read aloud.

| 九 年 级 一 班 |
| jiǔ nián jí yī bān |

| 十 年 级 二 班 |
| shí nián jí èr bān |

新 来 的 学 生
xīn lái de xué shēng

新 来 的 老 师
xīn lái de lǎo shī

| 十 一 年 级 三 班 |
| shí yī nián jí sān bān |

| 十 二 年 级 四 班 |
| shí èr nián jí sì bān |

新 来 的 校 长
xīn lái de xiàozhǎng

新 来 的 音 乐 老 师
xīn lái de yīn yuè lǎo shī

(2) Now give your own answers to the following questions.

现 在 你 在 几 年 级 几 班?
xiàn zài nǐ zài jǐ nián jí jǐ bān

你 的 朋 友 们 在 几 年 级 几 班?
nǐ de péng you men zài jǐ nián jí jǐ bān

你 们 班 有 新 来 的 学 生 吗? 他 们 叫 什 么 名 字?
nǐ men bān yǒu xīn lái de xué shēng ma tā men jiào shén me míng zi

3. Conversation practice.

Read the following conversation, then take turns introducing your partners.

马 明：我 来 介 绍 一 下，他 是 新 来 的 学 生，他 叫 杰 克。
mǎ míng wǒ lái jiè shào yí xià tā shì xīn lái de xué shēng tā jiào jié kè

这 是 安 妮，这 是 王 小 雨。
zhè shì ān nī zhè shì wáng xiǎo yǔ

安 妮、王 小 雨：杰 克，你 好！欢 迎 你 来
ān nī wáng xiǎo yǔ jié kè nǐ hǎo huān yíng nǐ lái

我 们 班！
wǒ men bān

杰 克：你 们 好，认 识 你 们 很 高 兴！
jié kè nǐ men hǎo rèn shi nǐ men hěn gāo xìng

1.	Sam	Maria	Betty
2.	Frank	Henry	Jones
3.	Tom	Judy	Gloria

4. China snapshot.

Find your grade in the Chinese school system.

中 国 的 学 校
zhōng guó de xué xiào

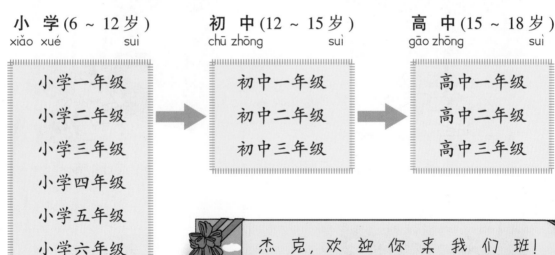

小 学 (6 ~ 12 岁)
xiǎo xué suì

初 中 (12 ~ 15 岁)
chū zhōng suì

高 中 (15 ~ 18 岁)
gāo zhōng suì

小学一年级	初中一年级	高中一年级
小学二年级	初中二年级	高中二年级
小学三年级	初中三年级	高中三年级
小学四年级		
小学五年级		
小学六年级		

5. Class activity.

Let's write a welcome card in Chinese for our new classmates or teachers.

杰 克，欢 迎 你 来 我 们 班！
jié kè huān yíng nǐ lái wǒ men bān

我 们 是 你 的 朋 友：马 明、小
wǒ men shì nǐ de péng you mǎ míng xiǎo

雨、大 龙 、安 妮。
yǔ dà lóng ān nī

Listen and practice

1. Listen and then answer the following questions.

    (1) Who is the new comer?

    (2) What does Tom say?

    (3) What does the last person say?

2. Look at these pictures while listening, and write down the phrases or sentences you hear in *Pinyin*.

(1)

getting up in the morning

(2)

taking a cold water shower

(3)

exams being about to begin

(4)

visiting an exhibition

(5)

watching dance performances

(6)

interviewing actress

3. Read the following ancient poem.

关 关 雎 鸠， 在 河 之 洲。
guān guān jū jiū zài hé zhī zhōu

窈 窕 淑 女， 君 子 好 逑。
yǎo tiǎo shū nǚ jūn zǐ hǎo qiú

Guan! Guan! Cry the fish hawks,

On sandbars in the river.

A mild-mannered good girl,

Fine match for the gentleman.

Learn to write

Write more Chinese characters that contain the following components. (Do it separately and then compare with a partner.)

部件	例字	
纟	绍	
讠	请	
女	好	
门	们	

② 他们骑自行车上学
tā men qí zì xíng chē shàng xué

Warming-up

Ask your classmates how to get to a certain place. You can replace the colored section with the examples given.

请问，去朗文中学怎么走？
qǐngwèn   qù lǎng wén zhōng xué zěn me zǒu

图书馆
tú shū guǎn
(library)

商店
shāng diàn
(store)

博物馆
bó wù guǎn
(museum)

公园
gōng yuán
(park)

游乐场
yóu lè chǎng
(amusement park)

Ask your classmates how they get to school. You can answer by replacing the colored section with the examples given.

她们骑自行车上学。
tā men qí zì xíng chē shàng xué

我坐爸爸的车上学。
wǒ zuò bà ba de chē shàng xué

她坐公共汽车上班。
tā zuò gōnggòng qì chē shàng bān

她走路上班。
tā zǒu lù shàng bān

Text 1

Jack is on his way to school, but he forgets how to get there...

杰 克：请 问，去 朗 文 中 学 怎 么 走？
jié kè qǐng wèn qù lǎng wén zhōng xué zěn me zǒu

行 人①：一 直 往 前 走，到 路 口 向 左 拐。
xíng rén yì zhí wǎng qián zǒu dào lù kǒu xiàng zuǒ guǎi

杰 克：好 的，谢 谢！
jié kè hǎo de xiè xie

行 人：不 客 气！
xíng rén bú kè qi

---

① Pedestrian.

Text 2

Li Dalong is at a bus stop waiting for a bus and he meets Annie...

安 妮：早 上 好，李 大 龙。
ān ní zǎo shang hǎo lǐ dà lóng

大 龙：早 上 好，你 也 坐 车 上 学 吗?
dà lóng zǎo shang hǎo nǐ yě zuò chē shàng xué ma

安 妮：是 啊。马 明 呢，他 怎 么 去 学 校?
ān ní shì a mǎ míng ne tā zěn me qù xué xiào

大 龙：他 和 王 小 雨 是 邻 居，他 们 每 天 一 起
dà lóng tā hé wáng xiǎo yǔ shì lín jū tā men měi tiān yì qǐ

骑 自 行 车 上 学。
qí zì xíng chē shàng xué

安 妮：你 和 他 们 是 邻 居 吗?
ān ní nǐ hé tā men shì lín jū ma

大 龙：不 是，我 住 在 另 一 条 街 上。
dà lóng bú shì wǒ zhù zài lìng yì tiáo jiē shang

New words

1. 中学	zhōngxué	(n.)	high school
2. 一直	yìzhí	(adv.)	straight
3. 前	qián	(n.)	ahead
4. 坐车	zuò chē		to take a bus / car
5. 上学	shàngxué	(v.)	to go to school
6. 骑	qí	(v.)	to ride
7. 自行车	zìxíngchē	(n.)	bicycle
8. 另	lìng	(pron.)	another; other
9. 条	tiáo	(m.)	*a measure word for long or narrow or thin things*
10. 街	jiē	(n.)	street

Proper nouns

朗文中学　Lǎngwén Zhōngxué　Longman High School

Exercises

1. Match the people with how they go to school according to the texts.

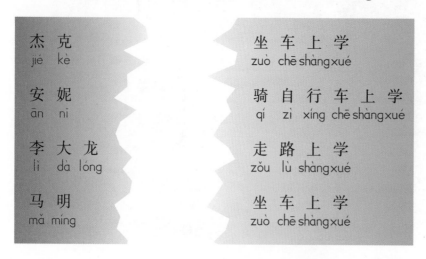

2. Directions.

Read the following expressions. Then write down the names of 5 places (e.g. restaurants, stores) near your school. Take turns asking your partner how to get there.

Example:

(1)

往 前 走
wǎng qián zǒu

往 后 走
wǎng hòu zǒu

往 左 走
wǎng zuǒ zǒu

往 右 走
wǎng yòu zǒu

(2)

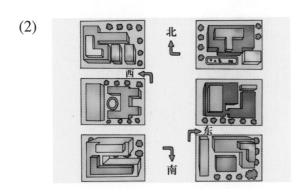

向 东 拐
xiàng dōng guǎi

向 西 拐
xiàng xī guǎi

向 南 拐
xiàng nán guǎi

向 北 拐
xiàng běi guǎi

(3)

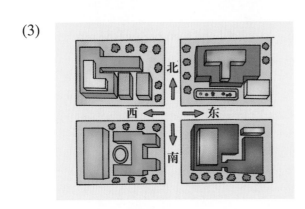

一 直 往 南 走
yì zhí wǎng nán zǒu

一 直 往 北 走
yì zhí wǎng běi zǒu

在 第 一 个 路 口 向 左 拐
zài dì yī ge lù kǒu xiàng zuǒ guǎi

在 第 二 个 路 口 向 右 拐
zài dì èr ge lù kǒu xiàng yòu guǎi

3. On your own.

(1) Complete the sentences by following the examples.

怎 么

你 怎 么 去 学 校?
nǐ zěn me qù xué xiào

你 _____ 回 家?
nǐ   huí jiā

这 个 字 _____ 写?
zhè ge zi   xiě

这 个 字 _____ 读?
zhè ge zi   dú

一 起

他 们 每 天 一 起 上 学。
tā men měi tiān yì qǐ shàng xué

他 们 _____ 回 家。
tā men   huí jiā

她 们 _____ 打 网 球。
tā men   dǎ wǎng qiú

我 们 _____ 学 汉 语。
wǒ men   xué hàn yǔ

(2) Now use the following characters "骑、街、另、拐、行、直" to ask your friends questions. You can also add more of your own characters.

Example:

4. Class activity: A survey "你怎么上学?"

Interview all your classmates about their means of going to school and then present the result in a chart.

Listen and practice

1. Listen and then answer the following questions.

(1) Who goes to school by bike?

(2) How does Tom go to school?

(3) Are Fiona and Tom neighbors?

2. Look at these pictures while listening, and write down the phrases or sentences you hear in *Pinyin*.

(1)

Thank you.

(2)

Whose rope is this?

(3)

Will it do?

(4)

three girls

(5)

He lives on this street.

3. Read the following rhymed story (which is recited to the rhythm of bamboo clappers).

我　姓　吴，叫　吴　速。
wǒ　xìng　wú　jiào　wú　sù

我　的　年　龄　25，
wǒ　de　nián　líng

工　作　就　在　俱　乐　部。
gōng　zuò　jiù　zài　jù　lè　bù

会　跳　舞，会　打　鼓，
huì　tiào　wǔ　huì　dǎ　gǔ

而　且　还　会　拉　二　胡①。
ér　qiě　hái　huì　lā　èr　hú

拉　的　是　"天　鹅　湖"，
lā　de　shì　tiān　é　hú

唱　的　是　"乡　间　小　路"。
chàng　de　shì　xiāng　jiān　xiǎo　lù

My surname is Wu, full name Wu Su, aged 25 working in a club. I can dance and play the drum and the *erhu*. The music I play is *Swan Lake* and the song I sing is *Country Road*.

---

① A two stringed bowed instrument.

Learn to write

Write more Chinese characters that contain the following components. (Do it separately and then compare with a partner.)

部件	例字	
马	骑	
木	树	
月	朋	
灬	杰	

我 想 选 音 乐 课
wǒ xiǎng xuǎn yīn yuè kè

Warming-up

Which course would you prefer to choose? You can add other courses that you like to the page.

你 想 选 什 么 课?
nǐ xiǎng xuǎn shén me kè

必 修 课 bì xiū kè		选 修 课 xuǎn xiū kè	
数 学 (maths) shù xué	英 语 (English) yīng yǔ	武 术 (martial arts) wǔ shù	木 工 (carpentry) mù gōng
体 育 (P.E.) tǐ yù	生 物 (biology) shēng wù	美 术 设 计 (artistic design) měi shù shè jì	
历 史 (history) lì shǐ	地 理 (geography) dì lǐ	绘 画 (painting) huì huà	
物 理 (physics) wù lǐ	化 学 (chemistry) huà xué	音 乐 (music) yīn yuè	电 脑 (computer science) diàn nǎo
......		......	

Text 1

The new semester has just started. Ma Ming and Annie are discussing which course to choose...

马 明： 安 妮，你 打 算 上 什 么 课？
mǎ míng　ān　ní　nǐ　dǎ　suàn shàng shén me　kè

安 妮： 数 学、英 语、历 史……
ān　ní　shù　xué　yīng　yǔ　lì　shǐ

马 明： 我 说 的① 不 是 必 修 课，是 选 修 课。
mǎ míng　wǒ shuō de　bú　shì　bì　xiū　kè　shì xuǎn xiū　kè

安 妮： 我 想 选 音 乐 课，还 想 选 武 术 课。你 呢？
ān　ní　wǒ xiǎng xuǎn yīn yuè　kè　hái xiǎng xuǎn wǔ　shù　kè　nǐ　ne

马 明： 当 然 选 汉 语 课。
mǎ míng　dāng rán xuǎn hàn　yǔ　kè

安 妮： 我 也 想 选 汉 语，不 过 汉 语 很 难。
ān　ní　wǒ　yě xiǎng xuǎn hàn　yǔ　bú　guò hàn　yǔ hěn nán

马 明： 别 担 心②，我 帮 你！
mǎ míng　bié　dān xīn　wǒ bāng nǐ

_____

① I mean ...
② Don't worry.

20

	上午 (A.M.)		下午 (P.M.)	
星期一 Monday	数学 shù xué mathematics	英语 yīng yǔ English	化学 huà xué chemistry	生物 shēng wù biology
星期二 Tuesday	历史 lì shǐ history	汉语 hàn yǔ Chinese	音乐 yīn yuè music	绘画 huì huà painting
星期三 Wednesday	数学 shù xué mathematics	体育 tǐ yù P.E.	电脑 diàn nǎo computer science	美术设计 měi shù shè jì artistic design
星期四 Thursday	物理 wù lǐ physics	英语 yīng yǔ English	地理 dì lǐ geography	木工 mù gōng carpentry
星期五 Friday	化学 huà xué chemistry	电脑 diàn nǎo computer science	武术 wǔ shù martial arts	班级活动 bān jí huó dòng class activities

New words

1.	上	shàng	(v.)	to have / take (classes)
2.	课（程）	kè (chéng)	(n.)	class; course
3.	数学	shùxué	(n.)	mathematics
4.	英语	Yīngyǔ	(n.)	English
5.	历史	lìshǐ	(n.)	history
6.	必修课	bìxiūkè	(n.)	required / compulsory courses
7.	选修课	xuǎnxiūkè	(n.)	optional / elective courses
8.	选	xuǎn	(v.)	to choose; to select
9.	武术	wǔshù	(n.)	martial arts
10.	难	nán	(adj.)	difficult
11.	别担心	bié dānxīn		don't worry
12.	帮（助）	bāng (zhù)	(v.)	to help

Exercises

1. Answer the questions.

(1) 安 妮 想 选 什 么 选 修 课?
　　ān　nī　xiǎng xuǎn shén me xuǎn xiū　kè

(2) 马 明 想 选 什 么 选 修 课?
　　mǎ　míng xiǎng xuǎn shén　me　xuǎn xiū　kè

(3) 安 妮 选 不 选 汉 语 课?
　　ān　nī　xuǎn bu xuǎn hàn　yǔ　kè

2. Courses.

Divide the courses in Text 2 into two lists: compulsory and optional courses. Add five more courses to each list.

必 修 课 bì　xiū　kè	选 修 课 xuǎn xiū　kè
（1）	（1）
（2）	（2）
（3）	（3）
（4）	（4）
（5）	（5）
（6）	（6）
（7）	（7）

3. On your own.

Complete the sentences by following the examples. Then think of five more sentences.

(1) 想

马 明 想 选 汉 语 课。
mǎ　míng xiǎng xuǎn hàn　yǔ　kè

杰 克 ＿＿＿＿＿＿＿＿＿。
jié　kè

22

_____ 看 杂 志。
               kàn zá zhǐ

_____ 打 网 球。
             dǎ wǎng qiú

(2) ……，不过……

我 想 选 汉 语 课，不 过 汉 语 有 点 儿 难。
wǒ xiǎng xuǎn hàn yǔ kè bú guò hàn yǔ yǒu diǎnr nán

我 想 选 武 术 课，_____ 武 术 有 点 儿 难。
wǒ xiǎng xuǎn wǔ shù kè   wǔ shù yǒu diǎnr nán

我 喜 欢 数 学 课，_____ 数 学 很 难。
wǒ xǐ huan shù xué kè   shù xué hěn nán

我 喜 欢 化 学 课，_____ 化 学 非 常 难。
wǒ xǐ huan huà xué kè   huà xué fēi cháng nán

4. Class activity.

(1) Write a class schedule for this semester in Chinese.

(2) Interview all the students in your class to see what courses they like. Present the result in a chart.

> 你 喜 欢 上 什 么 课? 为 什 么?
> nǐ xǐ huan shàng shén me kè wèi shén me
>
> 你 想 选 什 么 选 修 课? 为 什 么?
> nǐ xiǎng xuǎn shén me xuǎn xiū kè wèi shén me

Listen and practice

1. Listen and then answer the following questions.

(1) What courses is Ellen going to select?

(2) Does Ellen think that Chinese is easy?

2. Look at these pictures while listening, and write down the sentences you hear in Chinese.

(1)

There are three trees on the hills.

(2)

It's fourteen, not forty.

(3)

Everyday people are born, people die.

3. Read the following poem.

明 日 歌
míng rì gē

明 日 复 明 日，明 日 何 其 多。
míng rì fù míng rì   míng rì hé qí duō

我 生 待 明 日，万 事 成 蹉 跎。
wǒ shēng dài míng rì   wàn shì chéng cuō tuó

> **Song of Tomorrow**
>
> Tomorrow upon tomorrow,
>
> Many tomorrows may there be.
>
> Waiting for tomorrows all my life,
>
> Everything may slip away.

Learn to write

Write more Chinese characters that contain the following components. (Do it separately and then compare with a partner.)

部件	例字	
禾	秋	
艹	英	
辶	选	
攵	数	

我 能 用 一 下 你 的 橡 皮 吗
wǒ néng yòng yí xià nǐ de xiàng pí ma

Warming-up

Add more items to the page according to what you have in your schoolbag.

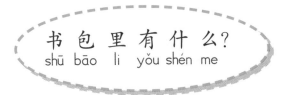

书 包 里 有 什 么？
shū bāo li yǒu shén me

一 个 玩 具
yí ge wán jù

一 把 雨 伞
yì bǎ yǔ sǎn

一 个 文 具 盒
yí ge wén jù hé

一 本 词 典
yì běn cí diǎn

一 本 杂 志
yì běn zá zhì

三 本 书
sān běn shū

一 块 橡 皮
yí kuài xiàng pí

两 支 圆 珠 笔
liǎng zhi yuán zhū bǐ

一 支 铅 笔
yì zhi qiān bǐ

两 个 笔 记 本
liǎng ge bǐ jì běn

Text 1

Jack is asking Wang Xiaoyu if he can borrow her eraser...

杰 克： 小 雨， 我 能 用 一 下 你 的 橡 皮 吗？
jié kè   xiǎo yǔ wǒ néng yòng yí xià nǐ de xiàng pí ma

小 雨： 可 以。 橡 皮 在 我 的 文 具 盒 里。
xiǎo yǔ kě yǐ xiàng pí zài wǒ de wén jù hé li

杰 克： 你 的 文 具 盒 在 哪 儿？
jié kè   nǐ de wén jù hé zài nǎr

小 雨： 在 马 明 那 儿。 马 明， 我 的 文 具 盒 呢？
xiǎo yǔ zài mǎ míng nàr   mǎ míng wǒ de wén jù hé ne

马 明： 哦， 对 不 起， 给 你①！
mǎ míng ò duì bu qǐ gěi nǐ

---

① Here you are.

Text 2

Annie is asking Ma Ming if she can borrow his dictionary...

安 妮： 马 明， 我 能 借 一 下 你 的 词 典 吗?
ān   nī   mǎ   míng wǒ   néng jiè   yí   xià   nǐ   de   cí   diǎn ma

马 明： 可 以。 词 典 在 我 的 书 包 里， 你 拿 吧!
mǎ   míng   kě   yǐ   cí   diǎn zài   wǒ   de   shū   bāo   li   nǐ   ná   ba

安 妮： 这 么 多 东 西①！ 有 词 典， 有 笔， 还 有 一
ān   nī   zhè   me   duō   dōng xi   yǒu   cí   diǎn yǒu   bǐ   hái yǒu   yì

本 杂 志! 我 能 看 一 下 这 本 杂 志 吗?
běn   zá   zhì   wǒ   néng kàn   yí   xià   zhè   běn   zá   zhì   ma

马 明： 当 然 可 以。
mǎ   míng   dāng   rán   kě   yǐ

安 妮： 谢 谢。
ān   nī   xiè   xie

---

① So many things.

New words

1. 能	néng	(aux.)	can
2. 橡皮	xiàngpí	(n.)	eraser
3. 文具盒	wénjùhé	(n.)	pencil-box
4. 那儿	nàr	(pron.)	there
5. 对不起	duìbuqǐ	(v.)	sorry
6. 借	jiè	(v.)	to borrow
7. 词典	cídiǎn	(n.)	dictionary
8. 书包	shūbāo	(n.)	schoolbag
9. 拿	ná	(v.)	to fetch/take/bring
10. 本	běn	(m.)	*a measure word for things like books etc.*
11. 杂志	zázhì	(n.)	magazine

Exercises

1. Check the sentences (✓ or ×).

(1) 杰 克 有 橡 皮。(　　)
jié kè yǒu xiàng pí

(2) 王 小 雨 有 橡 皮。(　　)
wáng xiǎo yǔ yǒu xiàng pí

(3) 马 明 没 有 词 典。(　　)
mǎ míng méi yǒu cí diǎn

(4) 安 妮 有 词 典。(　　)
ān nī yǒu cí diǎn

2. Do you know how to use a Chinese–English dictionary?

Now you can try to look up the words " 文件夹 " " 计算器 " " 笔 " and " 本子 " in a Chinese-English dictionary. Read them and find out their meanings.

28

3. On your own.

Complete the dialogue according to the pictures.

A：词 典 在 哪 儿?
　　cí diǎn zài nǎr

B：在 书 包 里。
　　zài shū bāo li

A：橡 皮 _____?
　　xiàng pí

B：_____。

A：笔 _____?
　　bǐ

B：_____。

A：计 算 器 _____?
　　jì suàn qì

B：_____。

4. Conversation practice.

Read the conversation. Add some more items that you want to borrow. Practice with a partner.

我 能 借 一 下 你
wǒ néng jiè yí xià nǐ
的 汉 语 书 吗?
de hàn yǔ shū ma

可 以，给 你。
kě yǐ gěi nǐ

谢 谢!
xiè xie

不 客 气!
bú kè qi

5. Class activity.

Take turns playing the "What is it" game. Put items such as pencil, eraser, calculator etc. into a large bag. Try to identify the items by touch.

Listen and practice

1. Listen and then answer the following questions.

   (1) What does the first boy say?

   (2) Where is the magazine?

   (3) Where is Ellen's schoolbag?

2. Look at these pictures while listening, and write down the sentences you hear in *Pinyin*.

(1)

He was late because he went to buy a dictionary.

(2)

Spring is here, and the leaves on the trees in the village have turned green.

(3)

He hid the long stick.

(4)

He was so careless that he forgot to take money with him when he went shopping.

3. Read the following tongue twister.

东 洞 庭 , 西 洞 庭 ,
dōng dòng tíng   xī dòng tíng

洞 庭 山 上 有 铜 铃 。
dòng tíng shān shang yǒu tóng líng

风 吹 藤 动 铜 铃 动 ,
fēng chuī téng dòng tóng líng dòng

风 停 藤 定 铜 铃 静 。
fēng tíng téng dìng tóng líng jìng

East Dongting, West Dongting, there is a brass bell on Mount Dongting. Wind blows, the vine vibrates, the bell tolls. Wind drops, the vine stops and the bell calms.

Learn to write

Write more Chinese characters that contain the following components. (Do it separately and then compare with a partner.)

部件	例字	
亻	借	
日	明	
木	橡	
女	妮	

31

5 我 们 的 校 园
wǒ men de xiào yuán

 Review

Warming-up

Describe your school and your classroom.

Fill in the blanks according to your city and school maps.

北 边
běi bian

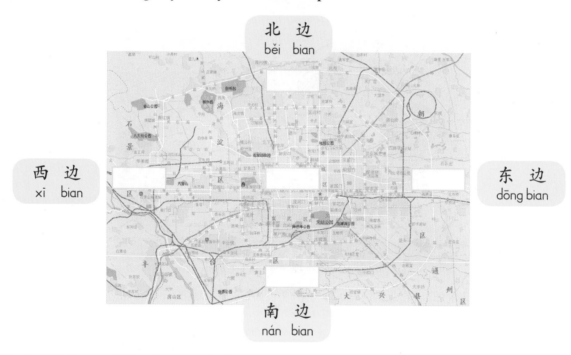

西 边
xī bian

东 边
dōng bian

南 边
nán bian

Fill in the blanks according to your classroom.

左 边
zuǒ bian

右 边
yòu bian

前 边
qián bian

后 边
hòu bian

黑 板
hēi bǎn

桌 子
zhuō zi

椅 子
yǐ zi

......

32

Text 1

A letter to Wang Jiaming from Jack.

Day after day

家 明：
jiā míng

你 好！
nǐ hǎo

最 近 忙 不 忙？我 现 在 在 朗 文 中
zuì jìn máng bu máng wǒ xiàn zài zài lǎng wén zhōng

学 上 学。我 家 离 学 校 不 远，所 以 我
xué shàng xué wǒ jiā lí xué xiào bù yuǎn suǒ yǐ wǒ

每 天 走 路 去 学 校。朗 文 中 学 不 大，
měi tiān zǒu lù qù xué xiào lǎng wén zhōng xué bú dà

但 是 教 室 很 宽 敞，也 很 明 亮。教 室
dàn shì jiào shì hěn kuān chǎng yě hěn míng liàng jiào shì

里 有 18 张 桌 子、23 把 椅 子。我 的 桌
li yǒu   zhāng zhuō zi   bǎ yǐ zi wǒ de zhuō

子 在 窗 户 旁 边。我 很 喜 欢 新 学 校，
zi zài chuāng hu páng biān wǒ hěn xǐ huan xīn xué xiào

也 很 想 念 老 朋 友。请
yě hěn xiǎng niàn lǎo péng you qǐng

向 大 卫、玛 丽 好①！
wèn dà wèi mǎ li hǎo

你 的 好 朋 友：杰 克
nǐ de hǎo péng you jié kè

2004 年 3 月 6 日
nián yuè rì

---

① Say hello to ...

Text 2

朗 文 中 学 的 校 园 不 大，东 边 是 操 场，西 边
lǎng wén zhōng xué de xiào yuán bú dà dōng bian shì cāo chǎng xī bian

是 一 片 绿 色 的 草 地，南 边 有 一 个 游 泳 池。
shì yí piàn lǜ sè de cǎo dì nán bian yǒu yí ge yóu yǒng chí

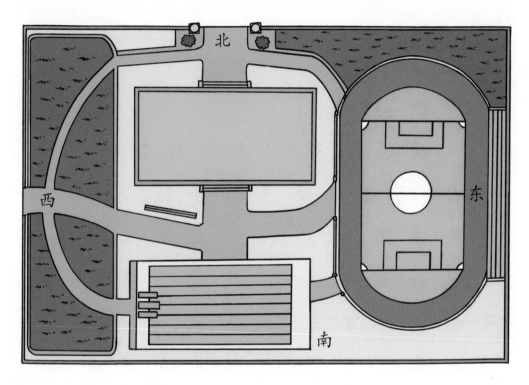

New words

1. 离	lí	(prep.)	from	
2. 远	yuǎn	(adj.)	far	
3. 走路	zǒu lù		to walk	
4. 教室	jiàoshì	(n.)	classroom	
5. 宽敞	kuānchǎng	(adj.)	spacious	
6. 桌子	zhuōzi	(n.)	desk; table	
7. 把	bǎ	(m.)	*a measure word for chairs, locks etc.*	
8. 椅子	yǐzi	(n.)	chair	

9. 窗户	chuānghu	(n.)	window
10. 旁边	pángbiān	(n.)	beside; side
11. 想念	xiǎngniàn	(v.)	to miss
12. 老	lǎo	(adj.)	old
13. 校园	xiàoyuán	(n.)	campus
14. 东边	dōngbian	(n.)	eastside
15. 西边	xībian	(n.)	westside
16. 片	piàn	(m.)	*a measure word for things in the form of flat and thin pieces*
17. 南边	nánbian	(n.)	southside

Exercises

1. Check the sentences (✓ or ×).

(1) 王 家 明 是 朗 文 中 学 的 学 生。(   )
    wáng jiā míng shì lǎng wén zhōng xué de xué shēng

(2) 朗 文 中 学 很 大。(   )
    lǎng wén zhōng xué hěn dà

(3) 杰 克 家 离 学 校 不 远。(   )
    jié kè jiā lí xué xiào bù yuǎn

(4) 杰 克 向 大 卫、玛 丽 问 好。(   )
    jié kè xiàng dà wèi mǎ lì wèn hǎo

2. Places in school.

Look up the following words in a Chinese-English dictionary. Add five more items to the list. Compare with a partner.

| 教 学 楼 | 图 书 馆 | 体 育 馆 | 游 泳 馆 | 操 场 |
| jiào xué lóu | tú shū guǎn | tǐ yù guǎn | yóu yǒng guǎn | cāo chǎng |

35

3. On your own.

(1) Add the correct measure word for each blank. Then read this measure word rhyme.

一 ＿＿＿＿＿ 书、一 ＿＿＿＿＿ 笔,
yī　　　　　shū　yì　　　　　bǐ

一 ＿＿＿＿＿ 书 包、一 ＿＿＿＿＿ 橡 皮,
yí　　　　　shū bāo　yí　　　　　xiàng pí

一 ＿＿＿＿＿ 桌 子、一 ＿＿＿＿＿ 椅 子,
yì　　　　　zhuō zi　yì　　　　　yǐ zi

一 ＿＿＿＿＿ 教 室、一 ＿＿＿＿＿ 草 地。
yí　　　　　jiào shì　yí　　　　　cǎo dì

(2) Complete the dialogue according to the pictures.

在……里（上）

A：同 学 们 在 哪 里?
tóng xué men zài nǎ li

A：老 师 ＿＿＿＿＿＿＿?
lǎo shī

A：马 明 ＿＿＿＿＿＿＿?
mǎ míng

B：他 们 在 校 园 里。
tā men zài xiào yuán li

B：＿＿＿＿＿＿＿＿＿。

B：＿＿＿＿＿＿＿＿＿。

A：Linda ＿＿＿＿＿＿＿?

A：玛 丽 ＿＿＿＿＿＿＿?
mǎ lì

A：杰 克 ＿＿＿＿＿＿＿?
jié kè

B：她 在 操 场 上。
tā zài cāo chǎng shang

B：＿＿＿＿＿＿＿＿＿。

B：＿＿＿＿＿＿＿＿＿。

4. China snapshot.

中 国 的 中 学 生
zhōng guó de zhōng xué shēng

我 是 北 京 的 中 学 生，
wǒ shì běi jīng de zhōng xué shēng
今 年 读 初 三。我 们 学 校
jīn nián dú chū sān wǒ men xué xiào
很 大，一 共 有 三 个 年
hěn dà yí gòng yǒu sān ge nián
级、40 个 班、1810 个 学 生。
jí ge bān ge xué shēng

我 是 天 津 的 中 学 生，
wǒ shì tiān jīn de zhōng xué shēng
今 年 读 高 二。我 喜 欢
jīn nián dú gāo èr wǒ xǐ huan
数 学、英 语 和 武 术 课。
shù xué yīng yǔ hé wǔ shù kè

我 是 广 州 的 中 学 生，今
wǒ shì guǎng zhōu de zhōng xué shēng jīn
年 读 高 三。我 喜 欢 游 泳、
nián dú gāo sān wǒ xǐ huan yóu yǒng
打 网 球。不 过，现 在 我 很
dǎ wǎng qiú bú guò xiàn zài wǒ hěn
忙。明 年 我 要 上 大 学。
máng míng nián wǒ yào shàng dà xué

我 是 上 海 的 中 学 生，今
wǒ shì shàng hǎi de zhōng xué shēng jīn
年 读 高 一。我 家 离 学 校
nián dú gāo yī wǒ jiā lí xué xiào
很 近，我 每 天 走 路 上 学。
hěn jìn wǒ měi tiān zǒu lù shàng xué

5. Class activity.

(1) Describe your Chinese classroom to your partner.

(2) Role play: In groups draw a rough map of your school. Write the names of each place in Chinese. Then act as the principal and introduce your school to a visiting committee.

Read and sing

小 嘛 小 二 郎，背 着 书 包 上 学 堂。
xiǎo ma xiǎo èr láng bēi zhe shū bāo shàng xué táng

不 怕 太 阳 晒 也 不 怕 那 风 雨 狂。
bú pà tài yáng shài yě bú pà nà fēng yǔ kuáng

只 怕 先 生 骂 我 懒，
zhǐ pà xiān sheng mà wǒ lǎn

没 有 学 问 无 脸 见 爹 娘。
méi yǒu xué wen wú liǎn jiàn diē niáng

Little, little Erlang goes to school with a bag on his back, fearless of the violent storm or the scotching sun. But fearful of being called lazy bones, and ashamed to face his mum and dad.

38

Learn to write

Write more Chinese characters that contain the following components.(Do it separately and then compare with a partner.)

部件	例字	
扌	把	
心	想	
方	旁	
宀	宽	
元	园	

UNIT SUMMARY

FUNCTIONAL USAGE

1. Introducing people

我 来 介 绍 一 下，
wǒ lái jiè shào yí xià

这 是 王 小 雨。
zhè shì wáng xiǎo yǔ

2. Expressing means of commuting

我 骑 自 行 车 上 学。
wǒ qí zì xíng chē shàng xué

我 走 路 上 学。
wǒ zǒu lù shàng xué

3. Expressing one's plans

我 想 选 武 术 课。
wǒ xiǎng xuǎn wǔ shù kè

我 想 选 音 乐 课。
wǒ xiǎng xuǎn yīn yuè kè

4. Borrowing things from others

我 能 用 一 下 你 的 橡 皮 吗?
wǒ néng yòng yí xià nǐ de xiàng pí ma

我 能 借 一 下 你 的 铅 笔 吗?
wǒ néng jiè yí xià nǐ de qiān bǐ ma

5. Describing locations and surroundings

东 边 是 操 场。
dōng bian shì cāo chǎng

南 边 有 一 个 游 泳 池。
nán bian yǒu yí ge yóu yǒng chí

GRAMMAR FOCUS

Sentence pattern   *Example*

1. 连 动 句   我 骑 自 行 车 去 学 校。
   lián dòng jù   wǒ qí zì xíng chē qù xué xiào

2. 想   我 想 选 音 乐 课， 还 想 选 武 术
   xiǎng   wǒ xiǎng xuǎn yīn yuè kè   hái xiǎng xuǎn wǔ shù

                             课。
                             kè

3. 能   我 能 借 一 下 你 的 词 典 吗?
   néng   wǒ néng jiè yí xià nǐ de cí diǎn ma

4. 是   朗 文 中 学 东 边 是 操 场，西 边
   shì   lǎng wén zhōng xué dōng bian shì cāo chǎng xī bian

                             是 一 片 绿 色 的 草 地。
                             shì yí piàn lǜ sè de cǎo dì

Unit Two

Hobbies

Warming-up

Discuss with your classmates which activity they would prefer to do. Add more phrases to this page with the help of your teacher.

你 的 爱 好 是 什 么?
nǐ de ài hào shì shén me

打 保 龄 球
dǎ bǎo líng qiú

踢 足 球
tī zú qiú

上 网
shàng wǎng

游 泳
yóu yǒng

听 音 乐
tīng yīn yuè

看 比 赛
kàn bǐ sài

玩 滑 板
wán huá bǎn

滑 雪
huá xuě

滑 冰
huá bīng

做 饭
zuò fàn

打 高 尔 夫 球
dǎ gāo ěr fū qiú

看 电 影
kàn diàn yǐng

读 小 说
dú xiǎo shuō

玩 帆 板
wán fān bǎn

打 橄 榄 球
dǎ gǎn lǎn qiú

6 哪 个 队 赢 了
nǎ ge duì yíng le

Warming-up

Interview your friends how often they watch sports and what kind of sports they like most. Supply more sports to this page according to your survey.

你 喜 欢 看 什 么 比 赛？
nǐ xǐ huan kàn shén me bǐ sài

足 球 赛　　篮 球 赛　　乒 乓 球 赛　　橄 榄 球 赛
zú qiú sài　　lán qiú sài　　pīng pāng qiú sài　　gǎn lǎn qiú sài

游 泳 比 赛　跳 水 比 赛　滑 雪 比 赛　　健 美 比 赛
yóu yǒng bǐ sài　tiào shuǐ bǐ sài　huá xuě bǐ sài　　jiàn měi bǐ sài

体 操 比 赛　　网 球 赛　　排 球 赛　　自 行 车 赛
tǐ cāo bǐ sài　　wǎng qiú sài　　pái qiú sài　　zì xíng chē sài

Text 1

Ma Ming and Li Dalong have similar hobbies. At the moment they are talking about the result of a soccer match...

大 龙： 马 明， 昨 天 的 比 赛 怎 么 样？
dà lóng   mǎ míng zuó tiān de bǐ sài zěn me yàng

马 明： 什 么 比 赛？
mǎ míng   shén me bǐ sài

大 龙： 巴 西 队 跟 德 国 队 的 足 球 比 赛①。
dà lóng   bā xī duì gēn dé guó duì de zú qiú bǐ sài

马 明： 不 错。
mǎ míng   bú cuò

大 龙： 哪 个 队 赢 了？
dà lóng   nǎ ge duì yíng le

马 明： 巴 西 队 赢 了。 你 没 看 吗？
mǎ míng   bā xī duì yíng le nǐ méi kàn ma

大 龙： 没 有。 昨 天 我 没 时 间。
dà lóng   méi yǒu zuó tiān wǒ méi shí jiān

① A soccer match between Brazil and Germany.

Text 2

Annie and Jack are talking about their impression of a concert...

安 妮： 杰 克， 上 个① 星 期 六 我 去 听 音 乐 会 了。
ān nī jié kè shàng ge xīng qī liù wǒ qù tīng yīn yuè huì le

杰 克： 我 也 听 了。
jié kè wǒ yě tīng le

安 妮： 你 觉 得 怎 么 样？
ān nī nǐ jué de zěn me yàng

杰 克： 我 觉 得 很 一 般。
jié kè wǒ jué de hěn yì bān

安 妮： 为 什 么？
ān nī wèi shén me

杰 克： 我 不 太 喜 欢② 流 行 音 乐， 我 喜 欢 交 响 乐。
jié kè wǒ bú tài xǐ huan liú xíng yīn yuè wǒ xǐ huan jiāo xiǎng yuè

你 呢？
nǐ ne

安 妮： 我 觉 得 这 两 种 音 乐 都 不 错。
ān nī wǒ jué de zhè liǎng zhǒng yīn yuè dōu bú cuò

---

① "上个"，last ; "这个"，this ; "下个"，next.
② I'm not very fond of ...

45

New words

1. 比赛	bǐsài	(n.)	match; competition
2. 足球	zúqiú	(n.)	soccer; football
3. 哪个	nǎge	(pron.)	which
4. 队	duì	(n.)	team
5. 赢	yíng	(v.)	to win
6. 了	le	(aux.)	used after a verb or an adjective to indicate the completion of a real or expected action or a change
7. 音乐会	yīnyuèhuì	(n.)	concert
8. 一般	yìbān	(adj.)	just so so; ordinary
9. 流行	liúxíng	(adj.)	popular
10. 交响乐	jiāoxiǎngyuè	(n.)	symphony

Proper nouns

1. 巴西	Bāxī	Brazil
2. 德国	Déguó	Germany

Exercises

1. Answer the questions.

(1) 谁 看 昨 天 的 比 赛 了?
shuí kàn zuó tiān de bǐ sài le

(2) 哪 个 队 赢 了?
nǎ ge duì yíng le

(3) 哪 个 队 输① 了?
nǎ ge duì shū le

(4) 上 个 星 期 六 谁 去 听 音 乐 会 了?
shàng ge xīng qī liù shuí qù tīng yīn yuè huì le

---

① To lose.

46

(5) 杰 克 喜 欢 什 么 音 乐?
　　jié　kè　xǐ huan shén me　yīn yuè

(6) 安 妮 喜 欢 这 个 音 乐 会 吗? 为 什 么?
　　ān　nī　xǐ huan zhè　ge　yīn yuè huì　ma　wèi shén me

2. On your own.

(1) Using "……了" make sentences according to what they did last Saturday.

Example

Linda 听 音 乐 会 了。
　　　 tīng yīn yuè huì　le

_____　　_____

_____　　_____　　_____

(2) Practice: In groups take turns asking and answering the following questions. Try to find some
common interests.

上 个 星 期 六 你 干 什 么 了?
shàng ge xīng qī liù nǐ gàn shén me le

这 个 星 期 六 你 打 算 干 什 么?
zhè ge xīng qī liù nǐ dǎ suàn gàn shén me

下 个 星 期 六 你 打 算 干 什 么?
xià ge xīng qī liù nǐ dǎ suàn gàn shén me

3. Conversation practice.

Name a movie/sport/CD/type of music/book that you like or dislike, then talk about it with your
partners.

A: 你 觉 得……怎 么 样?
nǐ jué de zěn me yàng

B: 不 错/一 般。
bú cuò yì bān

（我 觉 得 很 不 错/很 一 般。）
wǒ jué de hěn bú cuò hěn yì bān

音 乐 会   书
yīn yuè huì   shū

体 育 比 赛   光 盘
tǐ yù bǐ sài   guāng pán

4. China snapshot.

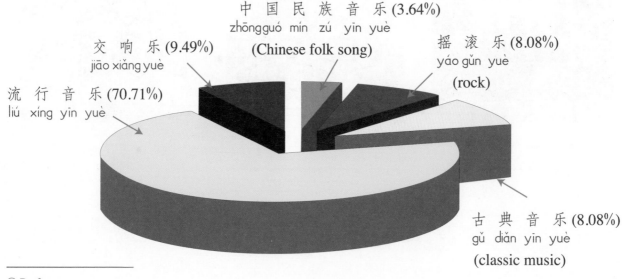

上 海 中 学 生 的 音 乐 偏 好①
shàng hǎi zhōng xué shēng de yīn yuè piān hào

中 国 民 族 音 乐 (3.64%)
zhōngguó mín zú yīn yuè
(Chinese folk song)

交 响 乐 (9.49%)
jiāo xiǎng yuè

摇 滚 乐 (8.08%)
yáo gǔn yuè
(rock)

流 行 音 乐 (70.71%)
liú xíng yīn yuè

古 典 音 乐 (8.08%)
gǔ diǎn yīn yuè
(classic music)

---
① Preference.

Use the following questions to create a class discussion.

(1) 在 这 几 种 音 乐 中, 你 们 班 同 学 最 喜 欢 听 哪 种 音 乐?
    zài zhè jǐ zhǒng yīn yuè zhōng nǐ men bān tóng xué zuì xǐ huan tīng nǎ zhǒng yīn yuè

(2) 你 们 班 同 学 还 喜 欢 听 什 么 别 的 音 乐?
    nǐ men bān tóng xué hái xǐ huan tīng shén me bié de yīn yuè

5. Class activity.

(1) Group competition.

Each group writes five famous actual sports events as well as the outcomes. One group names the event and the other groups have to guess the outcome as quickly as possible. Each time groups give a fast and correct answer will be awarded one point.

(2) Interview your classmates using the following questions. Find out his / her favorite pastime.

① 你 喜 欢 体 育 还 是 喜 欢 音 乐?
  nǐ xǐ huan tǐ yù hái shi xǐ huan yīn yuè

② 你 喜 欢 什 么 体 育 活 动?　　　　　③ 你 喜 欢 哪 种 音 乐?
  nǐ xǐ huan shén me tǐ yù huó dòng　　　nǐ xǐ huan nǎ zhǒng yīn yuè

Listen and practice

1. Listen and then answer the following questions.

(1) Between which two teams was the match held?　　(2) Which team won the match?

(3) When was the match held?　　(4) What does the second person think of the match?

2. Look at these pictures while listening, and write down the sentences you hear in *Pinyin*.

(1)

This matter is so funny, but he is very angry.

(2)

It is sitting on the bed, not on the boat.

3. Read the following tongue twister.

我 家 有 个 大 棚，
wǒ jiā yǒu ge dà péng

棚 里 有 个 大 盆。
péng li yǒu ge dà pén

风 刮 倒 了 大 棚，
fēng guā dǎo le dà péng

砸 坏 了 大 盆。
zá huài le dà pén

爸 爸 修 好 了 大 棚，
bà ba xiū hǎo le dà péng

妈 妈 新 买 了 大 盆。
mā ma xīn mǎi le dà pén

There is a big shed in my home and there is a big pot in the shed. The wind blew down the shed, which smashed the pot when it collapsed. Dad repaired the big shed, and mum bought a new pot.

Learn to write

Write more Chinese characters that contain the following components. (Do it separately and then compare with a partner.)

部件	例字	
口	响	
氵	流	
中	种	
彳	德	
贝	赛	

给 你 一 张 电 影 票
gěi nǐ yì zhāng diàn yǐng piào

Warming-up

Tell the class what type of fans your family members are.

你 是 个 什 么 "迷"?
nǐ shì ge shén me mí

书 迷 　　　　 足 球 迷
shū mí 　　　　 zú qiú mí
(bookworms) 　　(soccer fans)

电 影 迷 　　　 电 视 迷
diàn yǐng mí 　　 diàn shì mí
(movie buffs) 　　(TV buffs)

电 脑 迷 　　　 游 戏 机 迷
diàn nǎo mí 　　 yóu xì jī mí
(computer geeks) 　(game wizards)

Add more phrases to substitute the colored part.

门 票
mén piào
(admission ticket)

足 球 票
zú qiú piào
(soccer ticket)

演 出 票
yǎn chū piào
(theatre ticket)

给 你 一 张 电 影 票!
gěi nǐ yì zhāng diàn yǐng piào

Text 1

Wang Xiaoyu is going to make posters with some ink when she runs into Annie. Annie asks her to see a movie together...

安妮: 小雨，你想不想看电影？
ān nī　xiǎo yǔ　nǐ xiǎng bu xiǎng kàn diàn yǐng

小雨: 什么电影？
xiǎo yǔ　shén me diàn yǐng

安妮: 《花木兰》。
ān nī　huā mù lán

小雨: 太好了！今天的还是明天的？
xiǎo yǔ　tài hǎo le jīn tiān de hái shi míng tiān de

安妮: 今天下午四点半的。刘老师给我两张票，
ān nī　jīn tiān xià wǔ sì diǎn bàn de liú lǎo shī gěi wǒ liǎng zhāng piào

　　　我给你一张。
　　　wǒ gěi nǐ yì zhāng

小雨: 今天不行，我没空儿。
xiǎo yǔ　jīn tiān bù xíng wǒ méi kòngr

安妮: 你要干什么？
ān nī　nǐ yào gàn shén me

52

小雨： 我 要 做 海 报。你 给 马 明 吧！他 是 个 电
xiǎo yǔ　wǒ yào zuò hǎi bào　nǐ gěi mǎ míng ba　tā shì ge diàn

影 迷。
yǐng mí

安 妮： 好 吧。再 见！
ān ní　hǎo ba　zài jiàn

Text 2

Ma Ming and Wang Xiaoyu are talking about the movie...

小雨： 马 明，《花 木 兰》好 看 吗？
xiǎo yǔ　mǎ míng　huā mù lán　hǎo kàn ma

马 明： 好 看，非 常 有 意 思。
mǎ míng　hǎo kàn　fēi cháng yǒu yì si

小雨： 真 的 吗？昨 天 安 妮 给 我 电 影 票，可 是 我
xiǎo yǔ　zhēn de ma　zuó tiān ān ní gěi wǒ diàn yǐng piào　kě shì wǒ

没 有 时 间。
méi yǒu shí jiān

马 明： 你 没 看 这 个 电 影，太 可 惜 了。
mǎ míng　nǐ méi kàn zhè ge diàn yǐng　tài kě xī le

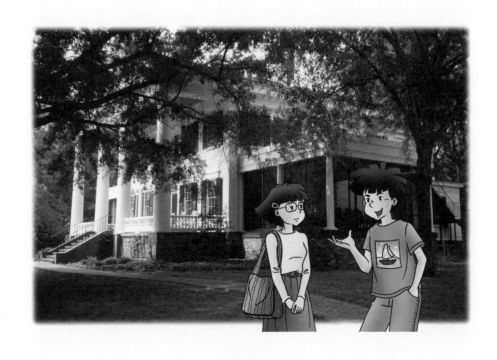

New words

1.	太	tài	(adv.)	too
2.	票	piào	(n.)	ticket
3.	不行	bùxíng	(v.)	won't do
4.	空儿	kòngr	(n.)	free time
5.	做	zuò	(v.)	to make; to do
6.	海报	hǎibào	(n.)	poster
7.	迷	mí	(n.)	fan; enthusiast
8.	好看	hǎokàn	(adj.)	interesting; nice; good-looking
9.	有意思	yǒu yìsi		fun; interesting
10.	真的	zhēn de		really
11.	可惜	kěxī	(adj.)	pitiable

Proper nouns

《花木兰》   Huā Mùlán   *Mulan*

Exercises

1. Check the sentences (✓ or ×).

(1) 王 小 雨 不 想 看《花 木 兰》。(   )
　　wáng xiǎo yǔ bù xiǎng kàn huā mù lán

(2) 刘 老 师 给 安 妮 两 张 票。(   )
　　liú lǎo shī gěi ān nī liǎng zhāng piào

(3) 马 明 不 喜 欢 看 电 影。(   )
　　mǎ míng bù xǐ huan kàn diàn yǐng

(4) 王 小 雨 没 有 看《花 木 兰》。(   )
　　wáng xiǎo yǔ méi yǒu kàn huā mù lán

(5) 马 明 做 海 报 了。(　　)
mǎ míng zuò hǎi bào le

(6) 马 明 觉 得《花 木 兰》没 有 意 思。(　　)
mǎ míng jué de huā mù lán méi yǒu yì si

2. On your own.

Complete these dialogues and sentences. Then practice with a partner.

(1) A：给 你 一 张 电 影 票。　　　　B：太 好 了，谢 谢 你。
gěi nǐ yì zhāng diàn yǐng piào　　　　tài hǎo le xiè xie nǐ

A：_____。(笔)　　　　B：_____。
bǐ

A：_____。(书)　　　　B：_____。
shū

(2) A：你 要 去 干 什 么?　　　　B：我 要 去 做 海 报。
nǐ yào qù gàn shén me　　　　wǒ yào qù zuò hǎi bào

A：_____?　　　　B：_____。(看 电 影)
kàn diàn yǐng

A：_____?　　　　B：_____。(去 图 书 馆)
qù tú shū guǎn

(3) 你 没 看 昨 天 的 电 影，太 可 惜 了。
nǐ méi kàn zuó tiān de diàn yǐng tài kě xī le

你 没 看 这 本 书，_____。
nǐ méi kàn zhè běn shū

你 没 去 听 音 乐 会，_____。
nǐ méi qù tīng yīn yuè huì

3. Conversation practice.

Read the conversation. Then think of several things you want to invite your partner to do. Practice with your partner.

A：明 天 下 午 你 有 空 儿 吗?
míng tiān xià wǔ nǐ yǒu kòngr ma

B：有 空 儿，有 事 儿 吗?（没 有 空 儿，有 事 儿 吗?）
yǒu kòngr yǒu shìr ma méi yǒu kòngr yǒu shìr ma

55

A：我 有 两 张 票，我 想 请 你 看 足 球 比 赛。
　　wǒ yǒu liǎng zhāng piào wǒ xiǎng qǐng nǐ kàn zú qiú bǐ sài

B：太 好 了，谢 谢 你！（太 可 惜 了，我 不 能 去。）
　　tài hǎo le xiè xie nǐ tài kě xī le wǒ bù néng qù

4. Class activity.

(1) Interview your classmates about their attitudes on films. What is the class tendency?

姓 名 xìng míng	喜欢看电影吗? xǐ huan kàn diàn yǐng ma	喜欢看哪种电影? xǐ huan kàn nǎ zhǒng diàn yǐng	最喜欢哪部电影? zuì xǐ huan nǎ bù diàn yǐng	喜欢哪个影星? xǐ huan nǎ ge yǐngxīng
王 小 雨 wáng xiǎo yǔ	喜 欢 xǐ huan	爱情片、音乐片 ài qíng piān yīn yuè piān	《爱 情 的 故 事》 ài qíng de gù shi	巩 俐 gǒng lì

常 见 电 影
cháng jiàn diàn yǐng

的 类 别：
de lèi bié

恐 怖 片　　科 幻 片　　爱 情 片　　风 光 片　音 乐 片
kǒng bù piān　kē huàn piān　ài qíng piān　fēng guāng piān　yīn yuè piān
(horror film)　(science fiction film)　(romance film)　(documentary)　(musical)

(2) Write five films that you like or dislike. Ask your classmates how they feel about these films. What are the class favorites?

A：你 觉 得……怎 么 样?
　　nǐ jué de　　zěn me yàng

B：我 觉 得 非 常 好 看。
　　wǒ jué de fēi cháng hǎo kàn

A：我 也 觉 得 很 好 看。
　　wǒ yě jué de hěn hǎo kàn

（真 的 吗? 我 觉 得 不
zhēn de ma wǒ jué de bù

好 看，没 有 意 思。）
hǎo kàn méi yǒu yi si

Useful expressions		
	很 hěn	非 常 fēi cháng
有 意 思 yǒu yi si	很 有 意 思 hěn yǒu yi si	非 常 有 意 思 fēi cháng yǒu yi si
好 看 hǎo kàn	很 好 看 hěn hǎo kàn	非 常 好 看 fēi cháng hǎo kàn
不 错 bú cuò	很 不 错 hěn bú cuò	非 常 不 错 fēi cháng bú cuò
精 彩① jīng cǎi	很 精 彩 hěn jīng cǎi	非 常 精 彩 fēi cháng jīng cǎi

① Brilliant; wonderful.

56

Listen and practice

1. **Listen and then answer the following questions.**

    (1) Did the girl see *Mu Lan*? Why?

    (2) Do the two people think the movie is interesting? Why?

    (3) When are they going to see a movie?

    (4) Does the girl have a ticket? Why?

2. **Look at these pictures while listening, and write down the sentences you hear in *Pinyin*.**

(1)   (2)   (3

I buy *baozi*, not a newspaper.   That is his rabbit, not his stomach.   My little brother likes pictured-books, not study.

3. **Read the following ancient Chinese folk song.**

昨	夜	见	军	帖，	可	汗	大	点	兵。
zuó	yè	jiàn	jūn	tiě	kè	hán	dà	diǎn	bīng

军	书	十	二	卷，	卷	卷	有	爷	名。
jūn	shū	shí	èr	juàn	juàn	juàn	yǒu	yé	míng

阿	爷	无	大	儿，	木	兰	无	长	兄。
ā	yé	wú	dà	ér	mù	lán	wú	zhǎng	xiōng

愿	为	市	鞍	马，	从	此	替	爷	征。
yuàn	wèi	shì	ān	mǎ	cóng	cǐ	tì	yé	zhēng

I read the battle roll last night. The khan has ordered men to fight.

The roll was written in twelve books; my father's name was in the books.

My father has no grown-up son, for elder brother I have none.

I'll buy a horse of hardy race, and serve in my old father's place.

57

Learn to write

Write more Chinese characters that contain the following components. (Do it separately and then compare with a partner.)

部件	例字	
米	迷	
西	票	
忄	惜	
穴	空	
艹	花	

8 你 的 爱 好 是 什 么
nǐ de ài hào shì shén me

Warming-up

Pair work: Ask your partner what he/she does with his/her spare time.

你 在 业 余 时 间 干 什 么?
nǐ zài yè yú shí jiān gàn shén me

看 比 赛
kàn bǐ sài

看 电 影
kàn diàn yǐng

听 音 乐
tīng yīn yuè

参 加 体 育 运 动
cān jiā tǐ yù yùn dòng

旅 游
lǚ yóu

跳 舞
tiào wǔ

唱 卡 拉 OK
chàng kǎ lā

Text 1

Li Dalong is standing in front of a cinema when Wang Xiaoyu comes towards him...

小 雨： 大 龙， 你 来 这 儿 干 什 么？
xiǎo yǔ　　dà lóng　nǐ　lái　zhèr　　gàn shén me

大 龙： 我 来 参 加 舞 会。
dà lóng　　wǒ　lái　cān　jiā　wǔ　huì

小 雨： 舞 会 已 经 结 束 了。
xiǎo yǔ　　wǔ　huì　yǐ　jīng　jié　shù　le

大 龙： 是 吗？ 舞 会 从 几 点 到 几 点？
dà lóng　　shì ma　wǔ　huì　cóng　jǐ　diǎn dào　jǐ　diǎn

小 雨： 从 七 点 到 九 点。 现 在 已 经 九 点 一 刻 了。
xiǎo yǔ　　cóng qī diǎn dào jiǔ diǎn　xiàn zài yǐ jīng jiǔ diǎn yí kè le

大 龙： 那 太 可 惜 了。
dà lóng　　nà　tài　kě　xī　le

60

Text 2

Talking about one's hobbies.

马 明： 安 妮，你 有 什 么 爱 好？
mǎ míng ān nī nǐ yǒu shén me ài hào

安 妮： 我 喜 欢 听 音 乐。你 呢？
ān nī wǒ xǐ huan tīng yīn yuè nǐ ne

马 明： 我 喜 欢 看 足 球 比 赛。音 乐 会 的 票 太 贵 了。
mǎ míng wǒ xǐ huan kàn zú qiú bǐ sài yīn yuè huì de piào tài guì le

安 妮： 足 球 比 赛 的 票 也 不 便 宜。
ān nī zú qiú bǐ sài de piào yě bù pián yi

马 明： 是 的，所 以 我 总 是 看 电 视 里 的 足 球 比 赛。
mǎ míng shì de suǒ yǐ wǒ zǒng shì kàn diàn shì li de zú qiú bǐ sài

New words

1. 这儿	zhèr	(pron.)	here	
2. 舞会	wǔhuì	(n.)	ball;dance	
3. 已经	yǐjīng	(adv.)	already	
4. 结束	jiéshù	(v.)	to come to an end; to conclude	
5. 从……到……	cóng… dào…		from... to...	
6. 爱好	àihào	(n.)	hobby	
7. 贵	guì	(adj.)	expensive	
8. 便宜	piányi	(adj.)	cheap	
9. 总是	zǒngshì	(adv.)	always; most of the time	
10. 电视	diànshì	(n.)	TV	

Exercises

1. Answer the questions.

(1) 今 天 晚 上 李 大 龙 跳 舞 了 吗?
jīn tiān wǎn shang lǐ dà lóng tiào wǔ le ma

(2) 李 大 龙 去 的 时 候, 舞 会 已 经 开 始① 了 吗?
lǐ dà lóng qù de shí hou wǔ huì yǐ jīng kāi shǐ le ma

(3) 王 小 雨 跳 舞 了 吗?
wáng xiǎo yǔ tiào wǔ le ma

(4) 安 妮 喜 欢 看 足 球 比 赛 吗?
ān nī xǐ huan kàn zú qiú bǐ sài ma

(5) 马 明 喜 欢 听 音 乐 吗?
mǎ míng xǐ huan tīng yīn yuè ma

(6) 马 明 买 足 球 比 赛 的 票 吗?
mǎ míng mǎi zú qiú bǐ sài de piào ma

2. On your own.

(1) Complete the following conversations. Practice with a partner.

A: 舞 会 开 始 了 吗?
   wǔ huì kāi shǐ le ma

B: 舞 会 已 经 开 始 了。
   wǔ huì yǐ jīng kāi shǐ le

A: 比 赛 开 始 了 吗?
   bǐ sài kāi shǐ le ma

B: _____。

---

① Begin.

62

A：电 影 结 束 了 吗?
　　diàn yǐng jié shù le ma

A：运 动 会 结 束 了 吗?
　　yùn dòng huì jié shù le ma

B：＿＿＿＿＿＿＿＿＿＿＿＿＿＿。

B：＿＿＿＿＿＿＿＿＿＿＿＿＿＿。

(2) Match the appropriate description with each picture.

已 经 冬 天 了，天 冷 了。
yǐ jīng dōng tiān le tiān lěng le

已 经 9 点 一 刻 了，要 上 课 了。
yǐ jīng diǎn yí kè le yào shàng kè le

已 经 晚 上 12 点 了，要 睡 觉 了。
yǐ jīng wǎn shang diǎn le yào shuì jiào le

已 经 星 期 五 了，可 以 休 息 一 下 了。
yǐ jīng xīng qī wǔ le kě yǐ xiū xi yí xià le

3. Daily routine.

Talk about Ma Ming's day. Introduce your daily routine to a partner.

上 午 从 9 点 到 12 点
shàng wǔ cóng   diǎn dào   diǎn

下 午 从 3 点 半 到 4 点 半
xià wǔ cóng   diǎn bàn dào   diǎn bàn

晚 上 从 7 点 到 8 点
wǎn shang cóng   diǎn dào   diǎn

晚 上 从 8 点 到 9 点
wǎn shang cóng   diǎn dào   diǎn

4. Class activity.

Write a few sentences about your hobbies, interests and daily routine. (Do not reveal your identity).Pass your descriptions around the class. Try to guess who wrote each description.

我 的 爱 好 是 踢 足 球。从 星 期 一
wǒ de ài hào shì tī zú qiú cóng xīng qī yī

到 星 期 五，我 每 天 9 点 来 学 校，每 天
dào xīng qī wǔ wǒ měi tiān   diǎn lái xué xiào měi tiān

下 午 3 点 半 到 5 点 在 足 球 场 踢 球。
xià wǔ   diǎn bàn dào   diǎn zài zú qiú chǎng tī qiú

Listen and practice

1. Listen and then answer the following questions.

(1) What is Fiona here for?

(2) Has she watched the soccer match? Why?

(3) What does the boy say?

(4) When is there going to be a soccer match on TV?

2. Look at these pictures while listening, and write down the sentences you hear in *Pinyin*.

(1)

This is timber for furniture, not matches for the fireplace.

(2)

His sister is that poet's private secretary.

(3)

His surname is Zang, not Zhang;
My surname is Zhang, not Zang.

(4)

He likes reading magazines, and I like watching acrobatics. I gave him a magazine, and he watched acrobatics with me.

3. Read the following tongue twister.

红 花 开, 黄 花 开,
hóng huā kāi huáng huā kāi

花 丛 旁 边 蝴 蝶 飞。
huā cóng páng biān hú dié fēi

孩 子 追 着 蝴 蝶 跑,
hái zi zhuī zhe hú dié pǎo

蝴 蝶 钻 进 花 丛 去。
hú dié zuān jìn huā cóng qù

Red flowers blossom; yellow flowers blossom; butterfiles are flitting from flower to flower. Children are chasing the butterflies, which quickly hide away into the flowers.

Learn to write

Write more Chinese characters that contain the following components. (Do it separately and then compare with a partner.)

部件	例字	
子	好	
见	视	
亻	便	
纟	结	
刂	到	

比 赛 就 要 开 始 了
bǐ   sài   jiù   yào   kāi   shǐ   le

Warming-up

Add more words to answer this question below.

他 在 哪 儿 ？
tā zài nǎr

家
jiā

教 室
jiào shì

图 书 馆
tú   shū guǎn

学 校
xué xiào

运 动 场
yùn dòng chǎng

办 公 室
bàn gōng shì

Add more phrases to substitute the colored part.

比 赛 就 要 开 始 了 。
bǐ   sài   jiù yào kāi shǐ le

舞 会　 音 乐 会
wǔ hui   yin yuè hui
(dance)   (concert)

电 影　 电 视 新 闻
diànyǐng   diàn shì xīn wén
(movie)   (TV news program)

......

Text 1

There is a basketball match between Grade 10, Class 2 of Longman High School and Grade 10, Class 3 of Eric High School, and the match is about to begin. However, Li Dalong is missing...

马 明：小 雨，你 看 见 李 大 龙 了 吗？
mǎ míng xiǎo yǔ nǐ kàn jiàn lǐ dà lóng le ma

小 雨：没 有，他 不 在 运 动 场 上 吗？
xiǎo yǔ méi yǒu tā bú zài yùn dòng chǎng shang ma

马 明：不 在。糟 糕！比 赛 就 要 开 始 了。
mǎ míng bú zài zāo gāo bǐ sài jiù yào kāi shǐ le

杰 克：安 妮，我 们 班 就 要 上 场 了，李 大 龙 在
jié kè ān nī wǒ men bān jiù yào shàng chǎng le lǐ dà lóng zài

哪 儿？
nǎr

马 明：看，他 来 了。大 龙，快 上 场 吧①！
mǎ míng kàn tā lái le dà lóng kuài shàng chǎng ba

---

① Hurry up. Let's get on the court.

Text 2

Wang Xiaoyu and Annie are watching the match, Mr. Liu arrives.

刘 老 师：安 妮，比 赛 什 么 时 候 结 束？
liú lǎo shī ān nī bǐ sài shén me shí hou jié shù

安 妮：马 上 就 要 结 束 了。
ān nī mǎ shàng jiù yào jié shù le

王 小 雨：刘 老 师，我 们 请 运 动 员 喝 饮 料①，好 吗？
wáng xiǎo yǔ liú lǎo shī wǒ men qǐng yùn dòng yuán hē yǐn liào hǎo ma

刘 老 师：好。我 们 准 备 一 些 矿 泉 水 吧。
liú lǎo shī hǎo wǒ men zhǔn bèi yì xiē kuàng quán shuǐ ba

安 妮：小 雨，我 们 快 去 买 吧。
ān nī xiǎo yǔ wǒ men kuài qù mǎi ba

刘 老 师：我 在 这 儿 等 你 们。
liú lǎo shī wǒ zài zhèr děng nǐ men

——————————
① Buy the players some soft drinks.

New words

1. 看见	kànjiàn	(v.)	to see
2. 就要……了	jiù yào…le		to be about to do; (of sth.) about to happen
3. 开始	kāishǐ	(v.)	to start; to begin
4. 上场	shàngchǎng	(v.)	to enter the court
5. 快	kuài	(adv.)	quickly
6. 请	qǐng	(v.)	to treat; to pay for the food, drink etc.
7. 准备	zhǔnbèi	(v.)	to prepare
8. 一些	yìxiē	(pron.)	some
9. 矿泉水	kuàngquánshuǐ	(n.)	mineral water

Proper noun

刘老师	Liú lǎoshī	Mr. Liu (a teacher)

Exercises

1. Check the sentences (✓ or ×).

(1) 马 明 没 看 见 李 大 龙。　　　(　　)
mǎ míng méi kàn jiàn lǐ dà lóng

(2) 王 小 雨 看 见 李 大 龙 了。　　(　　)
wáng xiǎo yǔ kàn jiàn lǐ dà lóng le

(3) 李 大 龙 迟 到①了。　　　　(　　)
lǐ dà lóng chí dào le

(4) 运 动 会 已 经 结 束 了。　　(　　)
yùn dòng huì yǐ jīng jié shù le

---

① Be late.

70

(5) 王 小 雨 打 算 请 运 动 员 喝 饮 料。　　（　）
　　wáng xiǎo yǔ　dǎ suàn qǐng yùn dòng yuán hē　yǐn liào

(6) 刘 老 师 去 买 饮 料 了。　　　　　　（　）
　　liú　lǎo shī　qù　mǎi yǐn liào　le

2. On your own.

Complete the following sentences. Think of when and where to use them. Then write 3 more sentences containing "就要……了". Compare your answers with a partner.

(1) 就 要 上 课 了。
　　jiù yào shàng kè　le

＿＿＿＿＿＿＿＿。（下 课）
　　　　　　　　　xià　kè

＿＿＿＿＿＿＿＿。（下 雨）
　　　　　　　　　xià　yǔ

＿＿＿＿＿＿＿＿。（刮 风）
　　　　　　　　　guā fēng

(2) 比 赛 就 要 开 始 了。
　　bǐ　sài　jiù yào kāi shǐ　le

我 们＿＿＿＿回 家＿＿＿＿。
wǒ men　　　　huí jiā

音 乐 会＿＿＿＿开 始＿＿＿＿。
yīn yuè huì　　　　kāi shǐ

我 们 班＿＿＿＿上 场＿＿＿＿。
wǒ men bān　　　　shàng chǎng

3. China snapshot.

运动会
yùn dòng huì

中国 的 小 学、中 学、大 学 每 年 都 举 办 运 动 会。因 为
zhōng guó de xiǎo xué zhōng xué dà xué měi nián dōu jǔ bàn yùn dòng huì yīn wèi

春 天、秋 天 的 天 气 很 好，所 以 运 动 会 经 常 是 在 四、五 月
chūn tiān qiū tiān de tiān qì hěn hǎo suǒ yǐ yùn dòng huì jīng cháng shì zài sì wǔ yuè

份 或 九、十 月 份 举 行。开 运 动 会 的 一 两 天 里，学 校 经 常
fèn huò jiǔ shí yuè fèn jǔ xíng kāi yùn dòng huì de yì liǎng tiān li xué xiào jīng cháng

不 上 课。
bú shàng kè

运 动 会 的 比 赛 项 目 很 多，有 跑 步、跳 远、跳 高、排 球、
yùn dòng huì de bǐ sài xiàng mù hěn duō yǒu pǎo bù tiào yuǎn tiào gāo pái qiú

篮 球、羽 毛 球、乒 乓 球、武 术 等 等。喜 欢 体 育 的 同 学 可 以
lán qiú yǔ máo qiú pīng pāng qiú wǔ shù děng děng xǐ huan tǐ yù de tóng xué kě yǐ

参 加 比 赛，不 喜 欢 体 育 的 同 学 可 以 看 比 赛，比 赛 开 始 以
cān jiā bǐ sài bù xǐ huan tǐ yù de tóng xué kě yǐ kàn bǐ sài bǐ sài kāi shǐ yǐ

前 经 常 有 精 彩 的 节 目 表 演。
qián jīng cháng yǒu jīng cǎi de jié mù biǎo yǎn

Use the following questions to create a class discussion.

(1) 你 喜 欢 中 国 的 运 动 会 吗？
    nǐ xǐ huan zhōng guó de yùn dòng huì ma

(2) 你 们 那 儿 有 哪 些 体 育 比 赛？什 么 时 候 举 行？
    nǐ men nàr yǒu nǎ xiē tǐ yù bǐ sài shén me shí hou jǔ xíng

4. Class activity.

Interview your classmates about how often they exercise. Which students are fitness fanatics?
Make a Top-5 list of students that exercise the most.

你 喜 欢 锻 炼 吗？你 经 常 锻 炼 吗？你 一 个 月 锻 炼 几 次？
nǐ xǐ huan duàn liàn ma nǐ jīng cháng duàn liàn ma nǐ yí ge yuè duàn liàn jǐ cì

Listen and practice

1. Listen and then answer the following questions.

    (1) Is Tom in the classroom?

    (2) Why is the boy looking for Tom?

    (3) Which class is about to enter the court?

2. Look at these pictures while listening, and write down the sentences you hear in *Pinyin*.

(1)

(2)

(3)

I asked you to buy plates. Why did you sell basins?

I don't like the north, because in the winter a north wind blows there.

Two swallows landed in the courtyard of my home. I hope they will stay there everyday.

3. Read the following poem.

横　看　成　岭　侧　成　峰，
héng kàn chéng lǐng　cè chéngfēng
远　近　高　低　各　不　同。
yuǎn jìn gāo dī gè bù tóng
不　识　庐　山　真　面　目，
bù shí lú shān zhēn miàn mù
只　缘　身　在　此　山　中。
zhǐ yuán shēn zài cǐ shānzhōng

It's a range viewed in face and peaks viewed from the side,

Assuming different shapes viewed from far and wide.

Of Mountain Lu we cannot make out the true face,

For we are lost in the heart of the very place.

Learn to write

Write more Chinese characters that contain the following components. (Do it separately and then compare with a partner.)

部件	例字	
京	就	
水	泉	
石	矿	
忄	快	
女	好	

10 我的新朋友

wǒ de xīn péng you

Warming-up

Discuss with your classmates: Which hobbies are good and which are bad for your health? What are the advantages of different pastime? Do some pastime have any disadvantages?

马 明 爱 好 体 育, 李 大 龙 爱 好 文 学, 王 小 雨 爱 好 现 代
mǎ míng ài hào tǐ yù   lǐ dà lóng ài hào wén xué wáng xiǎo yǔ   ài hào xiàn dài

音 乐, 安 妮 爱 好 古 典 音 乐, 我 爱 好 旅 游, 你 爱 好 什 么?
yīn yuè ān nī ài hào gǔ diǎn yīn yuè wǒ ài hào lǚ yóu   nǐ ài hào shén me

Text 1

Jack's diary: My new friends.

Green space

开 学 已 经 两 个 月 了 ， 我 现
kāi xué yǐ jīng liǎng ge yuè le wǒ xiàn

在 已 经 有 不 少 新 朋 友 了 。 马 明
zài yǐ jīng yǒu bù shǎo xīn péng you le mǎ míng

是 个 足 球 迷 ， 也 是 个 电 影 迷 。 安
shì ge zú qiú mí yě shì ge diàn yǐng mí ān

妮 和 王 小 雨 爱 好 音 乐 和 文 学 。
nī hé wáng xiǎo yǔ ài hào yīn yuè hé wén xué

李 大 龙 爱 好 体 育 ， 也 爱 好 文 学 。
lǐ dà lóng ài hào tǐ yù yě ài hào wén xué

我 要 告 诉 王 家 明 和 大 卫 这 里
wǒ yào gào su wáng jiā míng hé dà wèi zhè lǐ

的 情 况 ， 请 他 们 来 参 加 这 里 的
de qíng kuàng qǐng tā men lái cān jiā zhè lǐ de

足 球 比 赛……
zú qiú bǐ sài

Text 2

海 报
hǎi bào

"飞飞" 滑板俱乐部现在成立了。
fēi fēi huá bǎn jù lè bù xiàn zài chéng lì le

欢迎滑板爱好者参加。会员条件：有
huān yíng huá bǎn ài hào zhě cān jiā huì yuán tiáo jiàn yǒu

一副滑板,会玩滑板。
yí fù huá bǎn huì wán huá bǎn

New words

1. 开学	kāixué	(v.)	(of school) to start
2. 爱好	àihào	(v.)	to have sth. as a hobby
3. 文学	wénxué	(n.)	literature
4. 体育	tǐyù	(n.)	sports
5. 告诉	gàosu	(v.)	to tell
6. 情况	qíngkuàng	(n.)	things; situation
7. 滑板	huábǎn	(n.)	skateboard
8. 俱乐部	jùlèbù	(n.)	club
9. 成立	chénglì	(v.)	to found;to establish
10. 爱好者	àihàozhě	(n.)	enthusiast
11. 会员	huìyuán	(n.)	member
12. 条件	tiáojiàn	(n.)	condition

Proper noun

"飞飞"滑板俱乐部　　　Fēifēi Huábǎn Jùlèbù　　　Flying Skateboard Club

Exercises

1. Check the sentences (√ or ×).

(1) 杰 克 现 在 没 有 朋 友。(　　)
jié kè xiàn zài méi yǒu péng you

(2) 马 明 是 个 足 球 迷。(　　)
mǎ míng shì ge zú qiú mí

(3) 安 妮 是 个 体 育 迷。(　　)
ān ní shì ge tǐ yù mí

(4) 李 大 龙 是 个 文 学 迷。(　　)
lǐ dà lóng shì ge wén xué mí

(5) 王 小 雨 是 个 音 乐 迷。(　　)
wáng xiǎo yǔ shì ge yīn yuè mí

2. Vocabulary.

(1) Read and add 3 more types of club that you know. Compare with a partner.

(2) Complete the chart with words from the list.

游 泳　　　　　跳 舞　　　　　听 音 乐　　　　踢 足 球
yóu yǒng　　　 tiào wǔ　　　　 tīng yīn yuè　　　 tī zú qiú

看 杂 志　　　 看 电 视　　　 看 比 赛　　　　听 音 乐 会
kàn zá zhì　　 kàn diàn shì　　 kàn bǐ sài　　　 tīng yīn yuè huì

看 小 说　　　 看 电 影　　　 打 网 球　　　　打 羽 毛 球
kàn xiǎo shuō　kàn diàn yǐng　 dǎ wǎng qiú　　 dǎ yǔ máo qiú

Sports activity	Music activity	Entertainment

3. On your own.

Complete these sentences. Then write 3 more. Compare with a partner.

杰 克 有 不 少 朋 友 。
jié kè yǒu bù shǎo péng you

安 妮 有 _____ 。（杂 志）
ān nī yǒu   zá zhì

王 小 雨 _____ 。（小 说）
wáng xiǎo yǔ   xiǎo shuō

马 明 _____ 。（电 影 光 盘）
mǎ míng   diàn yǐng guāng pán

4. China snapshot.

Percentage of Shanghai high school seniors who participate in after-school clubs.

上 海 高 中 学 生 参 加 俱 乐 部 活 动 调 查
shàng hǎi gāo zhōng xué shēng cān jiā jù lè bù huó dòng diào chá

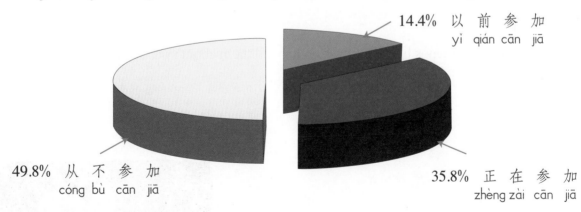

14.4% 以 前 参 加
yǐ qián cān jiā

49.8% 从 不 参 加
cóng bù cān jiā

35.8% 正 在 参 加
zhèng zài cān jiā

Use these questions to create a class discussion.

(1) 你 觉 得 上 海 高 中 生 参 加 俱 乐 部 活 动 的 人 多 不 多?
    nǐ jué de shàng hǎi gāo zhōng shēng cān jiā jù lè bù huó dòng de rén duō bu duō

(2) 你 觉 得 为 什 么 很 多 高 中 生 不 参 加 俱 乐 部 活 动?
    nǐ jué de wèi shén me hěn duō gāo zhōng shēng bù cān jiā jù lè bù huó dòng

5. Class activity.

Investigate: (1) How many clubs your high school has? (2) How many students participate in these clubs? (3) What conditions are necessary for participating in these clubs? (4) How frequently do they have activities? Write a report. Compare the results with the Shanghai survey above.

学 校 有 哪 些 俱 乐 部?
xué xiào yǒu nǎ xiē jù lè bù

俱 乐 部 有 什 么 活 动?
jù lè bù yǒu shén me huó dòng

参 加 俱 乐 部 有 什 么 条 件?
cān jiā jù lè bù yǒu shén me tiáo jiàn

多 少 学 生 参 加 俱 乐 部?
duō shao xué shēng cān jiā jù lè bù

Reading

Read the following story and tell it to others.

妈妈：Jerry，你就要有弟弟妹妹了，你希望

（xīwàng, to hope）妈妈生（give birth

to a child）弟弟还是生妹妹?

Jerry：妈妈，我希望你生一匹（pǐ, a measure

word for horses）小马（pony）。

Writing

Write a letter to your friends by imitating Text 1 to tell them about your school and classmates (on computer).

Read and sing

好 一 朵 茉 莉 花,
hǎo yì duǒ mò li huā

好 一 朵 茉 莉 花,
hǎo yì duǒ mò li huā

满 园 花 开 比 也 比 不 过 它。
mǎn yuán huā kāi bǐ yě bǐ bú guò tā

我 有 心 采 一 朵 戴,
wǒ yǒu xīn cǎi yì duǒ dài

又 怕 来 年 不 发 芽。
yòu pà lái nián bù fā yá

我 有 心 采 一 朵 戴，
wǒ yǒu xīn cǎi yì duǒ dài

又 怕 来 年 不 发 芽。
yòu pà lái nián bù fā yá

What a beautiful jasmine flower, what a beautiful jasmine flower. No other blossoms in the garden are better than her. How I wanted to pluck one and plug it into my hair, just being afraid it won't sprout the next year.

Learn to write

Write more Chinese characters that contain the following components. (Do it separately and then compare with a partner.)

部件	例字	
冫	况	
讠	请	
青	请	
月	朋	
氵	滑	

UNIT SUMMARY

FUNCTIONAL USAGE

1. Expressing that an event has concluded

巴 西 队 赢 了。
bā xī duì yíng le

2. Expressing opinions

我 觉 得 这 两 种
wǒ jué de zhè liǎng zhǒng
音 乐 都 不 错。
yīn yuè dōu bú cuò

3. Expressing regret

你 没 看 这 个 电
nǐ méi kàn zhè ge diàn
影，太 可 惜 了。
yǐng tài kě xī le

4. Offering

我 给 你 一 张 电 影 票。
wǒ gěi nǐ yì zhāng diàn yǐng piào

5. Expressing urgency

比 赛 就 要 开 始 了。
bǐ sài jiù yào kāi shǐ le

GRAMMAR FOCUS

Sentence pattern   *Example*

1. 了
   le

   我 听 音 乐 会 了。
   wǒ tīng yīn yuè huì le

   巴 西 队 赢 了。
   bā xī duì yíng le

2. 给
   gěi

   他 给 我 一 张 电 影 票。
   tā gěi wǒ yì zhāng diàn yǐng piào

3. 太……了
   tài   le

   太 好 了!
   tài hǎo le

   太 漂 亮 了。
   tài piào liang le

4. 已 经……了
   yǐ jīng   le

   舞 会 已 经 结 束 了。
   wǔ huì yǐ jīng jié shù le

5. 从……到……
   cóng   dào

   舞 会 从 七 点 到 九 点。
   wǔ huì cóng qī diǎn dào jiǔ diǎn

6. 就 要……了
   jiù yào   le

   我 们 班 就 要 上 场 了。
   wǒ men bān jiù yào shàng chǎng le

84

Unit Three

A Caring Family

Warming-up

Draw a picture of your home. Show and describe it to your class.

这是我的家。
zhè shì wǒ de jiā

卧室
wò shì

卫生间
wèi shēng jiān

客厅
kè tīng

厨房
chú fáng

楼梯
lóu tī

爸 爸 坐 在 客 厅 的 沙 发 上 看 报 纸，妹 妹 在 看 电 视，
bà ba zuò zài kè tīng de shā fā shang kàn bào zhǐ   mèi mei zài kàn diàn shì

妈 妈 在 厨 房 做 饭，弟 弟 在 楼 上 用 电 脑。
mā ma zài chú fáng zuò fàn   dì di zài lóu shang yòng diàn nǎo

你 在 干 什 么
nǐ zài gàn shén me

Warming-up

Ask your classmates what they and their family members were doing at a certain time last Sunday (for example, 9:30a.m.). Add more sentences to this page according to your survey.

我 在 上 网，
wǒ zài shàng wǎng

我 妹 妹 在 听 音 乐，爸
wǒ mèi mei zài tīng yīn yuè bà

爸 在 修 草 坪，妈 妈 在
ba zài xiū cǎo píng mā ma zài

打 扫 卫 生。
dǎ sǎo wèi shēng

她 在 看 书。　　他 们 在 打 橄 榄 球。　　我 们 在 游 泳。……
tā zài kàn shū　　tā men zài dǎ gǎn lǎn qiú　　wǒ men zài yóu yǒng

Text 1

Early Christmas morning, Annie and her sister are talking about presents...

妹 妹：安 妮，你 在 干 什 么？
mèi mei　ān　nī　nǐ　zài　gàn　shén　me

安 妮：我 在 看 礼 物。我 收 到 不 少 礼 物，还 有
ān　nī　wǒ　zài　kàn　lǐ　wù　wǒ　shōu　dào　bù　shǎo　lǐ　wù　hái　yǒu

很 多 贺 卡。
hěn　duō　hè　kǎ

妹 妹：妈 妈 送 给 你 什 么？
mèi mei　mā ma　sòng　gěi　nǐ　shén　me

安 妮：妈 妈 送 给 我 一 副 手 套，我 的 手 套 已
ān　nī　mā ma　sòng　gěi　wǒ　yí　fù　shǒu　tào　wǒ　de　shǒu　tào　yǐ

经 破 了。
jīng　pò　le

妹 妹：这 副 手 套 很 漂 亮。我 的 围 巾 丢 了，妈
mèi mei　zhè　fù　shǒu　tào　hěn　piào liang　wǒ　de　wéi　jīn　diū　le　mā

妈 送 给 我 一 条 新 围 巾。
ma　sòng　gěi　wǒ　yì　tiáo　xīn　wéi　jīn

安 妮：妈 妈 总 是 知 道 我 们 需 要 什 么。
ān　nī　mā ma　zǒng　shì　zhī　dào　wǒ　men　xū　yào　shén　me

Text 2

Li Dalong and Li Xiaolong are identical twins. They both want to use the computer at the same time...

大 龙： 小 龙， 你 在 上 网 吗？
dà lóng xiǎo lóng nǐ zài shàng wǎng ma

小 龙： 对。 你 要 干 什 么？
xiǎo lóng duì nǐ yào gàn shén me

大 龙： 我 要 找 资 料。 我 能 用 一 下 电 脑 吗？
dà lóng wǒ yào zhǎo zī liào wǒ néng yòng yí xià diàn nǎo ma

小 龙： 我 正 在 用。
xiǎo lóng wǒ zhèng zài yòng

大 龙： 你 在 上 网 聊 天 儿 吧？ 我 先 用 一 下，好 吗？
dà lóng nǐ zài shàng wǎng liáo tiānr ba wǒ xiān yòng yí xià hǎo ma

小 龙： 好 吧，我 等 一 下 儿 再 用。
xiǎo lóng hǎo ba wǒ děng yí xiàr zài yòng

New words

1. 在	zài	(adv.)	*used to indicate action in progress*
2. 贺卡	hèkǎ	(n.)	congratulatory card
3. 手套	shǒutào	(n.)	glove
4. 破	pò	(adj.)	worn-out; broken; torn
5. 围巾	wéijīn	(n.)	scarf
6. 丢	diū	(v.)	to lose
7. 需要	xūyào	(v.)	to need
8. 上网	shàngwǎng	(v.)	to surf on the internet; to log on the internet
9. 资料	zīliào	(n.)	data; material
10. 电脑	diànnǎo	(n.)	computer
11. 正在	zhèngzài	(adv.)	in process of; in course of
12. 聊天儿	liáotiānr	(v.)	to chat
13. 先	xiān	(adv.)	first

Exercises

1. Answer the questions.

(1) 今 天 是 什 么 节 日?
jīn tiān shì shén me jié rì

(2) 安 妮 收 到 礼 物 了 吗?
ān nī shōu dào lǐ wù le ma

(3) 安 妮 喜 欢 收 到 的 礼 物 吗? 为 什 么?
ān nī xǐ huan shōu dào de lǐ wù ma wèi shén me

(4) 谁 正 在 用 电 脑? 他 在 干 什 么?
shuí zhèng zài yòng diàn nǎo tā zài gàn shén me

(5) 现 在, 李 大 龙 能 用 电 脑 了 吗?
xiàn zài lǐ dà lóng néng yòng diàn nǎo le ma

2. Christmas presents.

(1) 今 天 是 圣 诞 节, 她 收 到 了 什 么 礼 物?
jīn tiān shì shèng dàn jié tā shōu dào le shén me lǐ wù

89

妈 妈 送 给 她 一 副 手 套。
mā ma sòng gěi tā yí fù shǒu tào

_____

_____

_____

(2) Practice: Take turns asking your classmates the following questions. Try to find something in common.

去 年 圣 诞 节 你 收 到 礼 物 了 吗? 收 到 了 什 么 礼 物?
qù nián shèng dàn jié nǐ shōu dào lǐ wù le ma shōu dào le shén me lǐ wù

3. On your own.

(1) 他 们 在 干 什 么?
tā men zài gàn shén me

安 妮 在 做 作 业 , _____ , _____ ,
ān nī zài zuò zuò yè

_____ 。

(2) ┌─────────┐
    │ …… 吧? │
    └─────────┘

Practice: Ask your partners questions according to the pictures above.

A：妈 妈 在 看 电 视 吧?   A：爸 爸 在 _____ 吧?
   mā ma zài kàn diàn shì ba   bà ba zài   ba

B：对, 她 在 看 电 视。   B：不, 他 在 _____ 。
   duì tā zài kàn diàn shì   bù tā zài

4. Conversation practice.

Practice: Write 5 more items. Make new conversations with your partners.

A：我 能 用 一 下 电 脑 吗?
   wǒ néng yòng yí xià diàn nǎo ma

B：对 不 起, 我 正 在 用。
   duì bu qǐ wǒ zhèng zài yòng

A：好 吧, 你 先 用, 我 等 一 下 儿 再 用。
   hǎo ba nǐ xiān yòng wǒ děng yí xiàr zài yòng

5. Class activity.

In groups choose a particular time of day, for example 8:00 p. m. Introduce what your family (or your classmates) would be doing at that time. You can change the times to have more practice.

Listen and practice

1. Listen and then choose the correct answer to each question.

(1) What is Ellen doing?

①看 礼 物   ②看 光 盘   ③上 网   ④看 贺 卡
 kàn lǐ wù   kàn guāng pán   shàng wǎng   kàn hè kǎ

(2) What present did the teacher give Ellen?

①手　套　　　　②围　巾　　　　③光　盘　　　　④贺　卡
　shǒu tào　　　　wéi jīn　　　　guāng pán　　　　hè kǎ

(3) What is the boy going to do?

①送　礼　物　　②看　贺　卡　　③买　围　巾　　④上　网
　sòng lǐ wù　　　kàn hè kǎ　　　mǎi wéi jīn　　　shàngwǎng

2. Look at the picture while listening, and write down the sentences you hear in *Pinyin*.

3. Read the following children's song.

我　家　门　前　有　小　河，后　面　有　山　坡。
wō jiā mén qián yǒu xiǎo hé　hòu mian yǒu shān pō

山　坡　上　面　野　花　多，野　花　红　似　火。
shān pō shàngmian yě huā duō　yě huā hóng sì huǒ

小　河　里　面　有　白　鹅，白　鹅　戏　绿　波。
xiǎo hé lǐ mian yǒu bái é　bái é xì lù bō

In front of my door runs a stream and a little hill lies behind. Wild flowers over the hill prevail, exuberant and fervent like burning flame. White geese in the stream swirl, playing with the turquoise wave.

Learn to write

Write more Chinese characters that contain the following components. (Do it separately and then compare with a partner.)

部件	例字	
雨	需	
皮	破	
贝	赛	
刂	到	
囗	园	

12 祝 你 节 日 快 乐
zhù nǐ jié rì kuài lè

Warming-up

Add more holidays to fill in the blank parts of the sentence below. Say the sentences out loud to your class.

节 日	生 日	新 年	情 人 节	感 恩 节	圣 诞 节
jié rì	shēng rì	xīn nián	qíng rén jié	gǎn ēn jié	shèng dàn jié
(holiday)	(birthday)	(New year)	(Valentine Day)	(Thanksgiving Day)	(Christmas Day)

Text 1

It's Christmas. Ma Ming is calling Annie from a telephone booth near a bus stop. However...

马 明：喂，您好，请问，安妮在家吗？
mǎ míng wèi nín hǎo qǐng wèn ān nī zài jiā ma

安妮妈：对不起，她正在洗澡。你能过一会儿再
ān nī mā duì bu qǐ tā zhèng zài xǐ zǎo nǐ néng guò yí huìr zài

打吗？
dǎ ma

马 明：可是，我在等公共汽车。我要去火车站。
mǎ míng kě shi wǒ zài děng gōng gòng qì chē wǒ yào qù huǒ chē zhàn

安妮妈：你要留言吗？
ān nī mā nǐ yào liú yán ma

马 明：好吧，我是安妮的同学，我叫马明。
mǎ míng hǎo ba wǒ shì ān nī de tóng xué wǒ jiào mǎ míng

安妮妈：你等一下，我找一支笔。好，你说吧。
ān nī mā nǐ děng yí xià wǒ zhǎo yì zhi bǐ hǎo nǐ shuō ba

马 明：请告诉安妮，我要去圣地亚哥，让她给
mǎ míng qǐng gào su ān nī wǒ yào qù shèng dì yà gē ràng tā gěi

我打电话。祝她节日快乐！
wǒ dǎ diàn huà zhù tā jié rì kuài lè

Text 2

A note to Mary from Jack.

玛丽：
mǎ lì

你好！我是杰克。朗文中学十年级二班
nǐ hǎo wǒ shì jié kè lǎng wén zhōng xué shí nián jí èr bān

的同学希望和艾利克中学的同学一起听新
de tóng xué xī wàng hé ài lì kè zhōng xué de tóng xué yì qǐ tīng xīn

年钟声，迎接新年。地点在中心广场。请你
nián zhōng shēng yíng jiē xīn nián dì diǎn zài zhōng xīn guǎng chǎng qǐng nǐ

给我打电话，我的电话号码是 72318855。
gěi wǒ dǎ diàn huà wǒ de diàn huà hào mǎ shì

祝你圣诞快乐！
zhù nǐ shèng dàn kuài lè

你的老朋友：杰克
nǐ de lǎo péng you jié kè

New words

1. 洗澡	xǐzǎo	(v.)	to have a bath
2. 一会儿	yíhuìr		a little while
3. 再	zài	(adv.)	again; once more
4. 公共汽车	gōnggòng qìchē	(n.)	bus
5. 火车站	huǒchēzhàn	(n.)	railroad station
6. 留言	liúyán	(v.)	to leave a message
7. 支	zhī	(m.)	*a measure word for long, thin, and inflexible objects*

8. 希望	xīwàng	(v.)	to hope; to wish
9. 和	hé	(prep.)	with
10. 钟声	zhōngshēng	(n.)	bell toll
11. 迎接	yíngjiē	(v.)	to greet
12. 地点	dìdiǎn	(n.)	place; location
13. 广场	guǎngchǎng	(n.)	square

Proper nouns

1. 圣地亚哥	Shèngdìyàgē	San Diego
2. 艾利克中学	Àilìkè Zhōngxué	Eric High School

Exercises

1. Answer the questions.

(1) 马 明 给 谁 打 电 话?
mǎ míng gěi shuí dǎ diàn huà

(2) 她 能 接 电 话 吗? 为 什 么?
tā néng jiē diàn huà ma wèi shén me

(3) 马 明 怎 么 办?
mǎ míng zěn me bàn

(4) 杰 克 告 诉 玛 丽 什 么 事?
jié kè gào su mǎ lì shén me shì

(5) 他 要 玛 丽 干 什 么?
tā yào mǎ lì gàn shén me

2. On your own.

Complete the following sentences. Think of 3 more sentences and compare with a partner.

和……一起

马 明 和 玛 丽 一 起 听 新 年 钟 声。
mǎ míng hé mǎ lì yì qǐ tīng xīn nián zhōng shēng

我 _____ 爸 爸、妈 妈 _____ 过 年。
wǒ   bà ba mā ma   guò nián

杰 克 _____ 我 们 _____ 打 篮 球。
jié kè   wǒ men   dǎ lán qiú

我 们 _____ 小 雨 _____ 听 音 乐 会。
wǒ men   xiǎo yǔ   tīng yīn yuè huì

3. Conversation practice.

Practice reading Text 1 with a partner. Make new conversations using the following expressions as if you are calling or visiting a friend.

请 过 一 会 儿 再……   请 等 一 下 再……
qǐng guò yí huìr   zài   qǐng děng yí xià zài

让 她 给 我 写 信   让 她 给 我 打 电 话
ràng tā gěi wǒ xiě xìn   ràng tā gěi wǒ dǎ diàn huà

让 她 给 我 留 言   让 她 等 我 一 会 儿
ràng tā gěi wǒ liú yán   ràng tā děng wǒ yí huìr

4. China snapshot.

在 北 京 过 圣 诞 节
zài běi jīng guò shèng dàn jié

最 近 两 年,北 京 的 圣 诞 节 非 常 热 闹……
zuì jìn liǎng nián běi jīng de shèng dàn jié fēi cháng rè nao

Ronda, 35, American student, studied in Beijing Normal University.

去 年 圣 诞 前 夜,我 坐 公 共 汽 车 去
qù nián shèng dàn qián yè wǒ zuò gōng gòng qì chē qù

朋 友 家 过 圣 诞 节。我 看 见 商 店 里、餐 厅
péng you jiā guò shèng dàn jié wǒ kàn jiàn shāng diàn li cān tīng

里 有 很 多 人,汽 车 也 很 多,非 常 热 闹。
li yǒu hěn duō rén qì chē yě hěn duō fēi cháng rè nao

Mike, American, married for 5 years.

Wife Yan Jiang, is Chinese.

以 前 过 圣 诞 节 的 时 候, 买 礼 物
yǐ qián guò shèng dàn jié de shí hou mǎi lǐ wù

很 不 方 便。现 在, 许 多 商 店 里 都 有 圣
hěn bù fāng biàn xiàn zài xǔ duō shāng diàn li dōu yǒu shèng

诞 礼 物, 很 方 便。
dàn lǐ wù hěn fāng biàn

Talk about these questions:

(1) Which information surprised you? Talk about your feelings.

(2) Tell a Christmas story to your partner. Then share it with the class.

5. Class activity.

(1) Make some Christmas cards in Chinese for your friends and relatives.

(2) Interview your class: What are your classmates' favorite Christmas activities?

圣 诞 节 你 干 什 么?
shèng dàn jié nǐ gàn shén me

圣 诞 节 的 活 动 中, 你 最 喜 欢 什 么?
shèng dàn jié de huó dòng zhōng nǐ zuì xǐ huan shén me

(3) Leaving a message: You want to see a movie with your friend Linda, and you give her a call, but she is not in. Her mother answers the phone. What message would you leave for Linda?

Listen and practice

1. Listen and then choose the correct answer to each question.

(1) Who left the message?

① Fiona   ② Tom   ③ Ellen   ④ Jack

(2) What is Tom doing?

① 等 火 车　　② 在 纽 约　　③ 听 新 年 钟 声　　④ 过 圣 诞 节
dĕng huŏ chē　　　zài niŭ yuē　　　tīng xīn nián zhōng shēng　　guò shèng dàn jié

(3) What time is it?

① 新 年　　② 圣 诞 节　　③ 新 年 以 后　　④ 圣 诞 节 以 前
xīn nián　　shèng dàn jié　　xīn nián yǐ hòu　　shèng dàn jié yǐ qián

2. Look at the picture while listening, and write down the sentences you hear in _Pinyin_.

3. Read the following ancient poem.

两 个 黄 鹂 鸣 翠 柳，一 行 白 鹭 上 青 天。
liǎng ge huáng lí míng cuì liǔ　yì háng bái lù shàng qīng tiān

窗 含 西 岭 千 秋 雪，门 泊 东 吴 万 里 船。
chuāng hán xī lǐng qiān qiū xuě　mén bó dōng wú wàn lǐ chuán

Two yellow orioles atop the green willows sing.

A row of egrets white ascends the sky pale blue.

My casement frames the west mounts capped with perennial snow.

Outdoors my house are moored ships thousands of li from East Wu.

Learn to write

Write more Chinese characters that contain the following components. (Do it separately and then compare with a partner.)

部件	例字	
先	选	
辶	选	
扌	接	
氵	流	
土	地	

13　我　想　当　律　师
wǒ　xiǎng　dāng　lǜ　shī

Warming-up

Discuss with your classmates what jobs young people prefer to do nowadays. Add more jobs to this page according to your discussion.

你　将　来　想　干　什　么？
nǐ　jiāng　lái　xiǎng　gàn　shén　me

当 老 师
dāng lǎo shī

当 邮 递 员
dāng yóu dì yuán

当 医 生
dāng yī shēng

当 律 师
dāng lǜ shī

当 农 民
dāng nóng mín

当 秘 书
dāng mì shū

当 教 授
dāng jiào shòu

当 服 务 员
dāng fú wù yuán

当 售 货 员
dāng shòu huò yuán

当 经 理
dāng jīng lǐ

当 工 程 师
dāng gōng chéng shī

Text 1

Introducing one's family in the Chinese class...

刘 老 师： 谁 来 介 绍 一 下 自 己 的 家 庭?
liú lǎo shī shuí lái jiè shào yí xià zì jǐ de jiā tíng

安   妮： 我 来 试 试。 这 是 我 们 全 家 的 照 片。 我
ān   nī wǒ lái shì shi zhè shì wǒ men quán jiā de zhào piàn wǒ

爸 爸 以 前 在 大 学 教 书, 现 在 在 一 个 研
bà ba yǐ qián zài dà xué jiāo shū xiàn zài zài yí ge yán

究 所 工 作。……
jiū suǒ gōng zuò

李 大 龙： 我 能 提 个 问 题 吗? 你 将 来 想 干 什 么?
lǐ dà lóng wǒ néng tí ge wèn tí ma nǐ jiāng lái xiǎng gàn shén me

安   妮： 我 想 当 律 师。
ān   nī wǒ xiǎng dāng lǜ shī

Text 2

Wang Xiaoyu is talking about her family with Mr. Liu...

王小雨： 刘老师，我妈妈不能来参加家长会，
wángxiǎo yǔ　liú lǎo shi　wǒ mā ma bù néng lái cān jiā jiā zhǎng huì

对不起。
duì bu qǐ

刘老师： 没关系①。你妈妈是不是很忙？
liú lǎo shi　méi guān xi　nǐ mā ma shì bu shì hěn máng

王小雨： 是的，她特别忙。
wángxiǎo yǔ　shì de　tā tè bié máng

刘老师： 你妈妈做什么工作？
liú lǎo shi　nǐ mā ma zuò shén me gōng zuò

王小雨： 妈妈以前是老师，现在当秘书。
wángxiǎo yǔ　mā ma yǐ qián shì lǎo shi　xiàn zài dāng mì shū

刘老师： 你爸爸呢？
liú lǎo shi　nǐ bà ba ne

王小雨： 爸爸跟妈妈离婚了。
wángxiǎo yǔ　bà ba gēn mā ma lí hūn le

刘老师： 哦，对不起。
liú lǎo shi　ò　duì bu qǐ

① It doesn't matter. That's OK.

New words

1. 自己	zìjǐ	(pron.)	own; oneself
2. 家庭	jiātíng	(n.)	family
3. 试试	shì shi		to have a try
4. 照片	zhàopiàn	(n.)	photo; picture
5. 以前	yǐqián	(n.)	in the past; before
6. 大学	dàxué	(n.)	university
7. 研究所	yánjiūsuǒ	(n.)	research institute
8. 工作	gōngzuò	(n.)	job; occupation
9. 将来	jiānglái	(n.)	future
10. 当	dāng	(v.)	to be; to work as
11. 律师	lǜshī	(n.)	lawyer
12. 家长会	jiāzhǎnghuì	(n.)	parents' meeting
13. 秘书	mìshū	(n.)	secretary
14. 离婚	líhūn	(v.)	to divorce

Exercises

1. Check the sentences (✓ or ×).

(1) 安 妮 的 爸 爸 现 在 是 老 师。(　　)
ān nī de bà ba xiàn zài shì lǎo shī

(2) 安 妮 将 来 想 当 律 师。(　　)
ān nī jiāng lái xiǎng dāng lǜ shī

(3) 安 妮 的 爸 爸 现 在 在 研 究 所 工 作。(　　)
ān nī de bà ba xiàn zài zài yán jiū suǒ gōng zuò

(4) 王 小 雨 的 妈 妈 是 秘 书。(　　)
wáng xiǎo yǔ de mā ma shì mì shū

(5) 她 工 作 非 常 忙。(　　)
tā gōng zuò fēi cháng máng

(6) 她 打 算 离 婚。(　　)
tā dǎ suàn lí hūn

2. On your own.

Complete the following sentences. Write 3 more sentences and compare your answer with a partner.

(1) 以前……, 现在……

安 妮 的 爸 爸 以 前 在 大 学 工 作, 现 在 在 研 究 所 工 作。
ān ní de bà ba yǐ qián zài dà xué gōng zuò xiàn zài zài yán jiū suǒ gōng zuò

杰 克 _____ 在 9 年 级 3 班, _____ 在 10 年 级 3 班。
jié kè   zài   nián jí   bān   zài   nián jí   bān

刘 老 师_____ 教 英 语, _____ 教 汉 语。
liú lǎo shī   jiāo yīng yǔ   jiāo hàn yǔ

(2) 特 别

最 近 她 特 别 忙。   这 本 书 _____ 好 看。
zuì jìn tā tè bié máng   zhè běn shū   hǎo kàn

音 乐 会_____ 好 听。   汉 语 课 _____ 有 意 思。
yīn yuè huì   hǎo tīng   hàn yǔ kè   yǒu yì si

3. China snapshot.

中 学 生 喜 欢 的 工 作
zhōng xué shēng xǐ huan de gōng zuò

以 前, 中 国 的 爸 爸 妈 妈 帮 助 孩 子 选 择 工 作。现 在, 年
yǐ qián zhōng guó de bà ba mā ma bāng zhù hái zi xuǎn zé gōng zuò xiàn zài nián

轻 人 可 以 自 己 选 择 将 来 的 工 作。他 们 最 喜 欢 的 几 种 工
qīng rén kě yǐ zì jǐ xuǎn zé jiāng lái de gōng zuò tā men zuì xǐ huan de jǐ zhǒng gōng

作 是：企 业 管 理、研 究 工 作、医 生、律 师、记 者。
zuò shì qǐ yè guǎn lǐ yán jiū gōng zuò yī shēng lǜ shī jì zhě

企业管理 qǐ yè guǎn lǐ	研究工作 yán jiū gōng zuò	医生 yī shēng	律师 lǜ shī	记者 jì zhě
45%	35%	42%	30%	28%

* The data come from the statistics of a job survey of high school students in Shandong Province and Wuhan City. (By asking the students to choose 3 jobs they are most interested in from 10).

Use these questions to create a class discussion.

(1) What do you think of the profession preference of Chinese students?

(2) How do you think parents influence the attitude that children have towards different profession?

4. Class activity.

(1) Describe your family to your partner.

(2) Ask your classmates what profession they like and what profession they want to take up in the future. What is the class preference?

① 你 喜 欢 什 么 工 作? 为 什 么?   ② 将 来 你 想 做 什 么 工 作?
　 nǐ xǐ huan shén me gōng zuò wèi shén me   jiāng lái nǐ xiǎng zuò shén me gōng zuò

Listen and practice

1. Listen and then choose the correct answer to each question.

(1) How many people are there in Xiaoquan's family?

① 一 口 人   ② 两 口 人   ③ 三 口 人   ④ 四 口 人
　 yì kǒu rén   liǎng kǒu rén   sān kǒu rén   sì kǒu rén

(2) What did Xiaoquan's father do in the past?

① 在 研 究 所 工 作   ② 在 大 学 教 书
　 zài yán jiū suǒ gōng zuò   zài dà xué jiāo shū

③ 在 小 学 教 书   ④ 当 秘 书
　 zài xiǎo xué jiāo shū   dāng mì shū

(3) With whom is Xiaoquan living now?

① 跟 妈 妈 住 在 一 起
　 gēn mā ma zhù zài yì qǐ

② 跟 爸 爸 住 在 一 起
　 gēn bà ba zhù zài yì qǐ

③ 跟 爸 爸 和 妈 妈 住 在 一 起
　 gēn bà ba hé mā ma zhù zài yì qǐ

④ 他 一 个 人 住
　 tā yí ge rén zhù

2. Look at the picture while listening, and write down the sentences you hear in *Pinyin*.

3. Read the following children's song.

知 了 知 了 不 做 事，
zhī liǎo zhī liǎo bú zuò shi

只 在 树 上 唱 "知 了"。
zhǐ zài shù shang chàng zhī liǎo

夏 天 去 了 秋 来 到，
xià tiān qù le qiū lái dào

知 了 知 了 不 再 叫。
zhī liǎo zhī liǎo bú zài jiào

A cicada idles on the treetop singing, "I know, I know." When summer's gone and comes fall, the cicada no more cries, "I know, I know."

Learn to write

Write more Chinese characters that contain the following components. (Do it separately and then compare with a partner.)

部件	例字	
彳	律	
乍	昨	
女	妈	
灬	照	
亻	作	

14 我 们 应 该 庆 祝 一 下
wǒ men yīng gāi qìng zhù yí xià

Warming-up

Which way would you like to celebrate a holiday or a birthday? Ask your classmates this question and add more phrases according to your survey.

怎 么 庆 祝 生 日 (节 日) ?
zěn me qìng zhù shēng rì jié rì

开 宴 会
kāi yàn huì

开 舞 会
kāi wǔ huì

去 划 船
qù huá chuán

去 郊 游
qù jiāo yóu

去 野 餐
qù yě cān

去 钓 鱼
qù diào yú

去 游 乐 场
qù yóu lè chǎng

Text 1

Jack's mother and Jack are discussing how to celebrate Jack's sister's birthday...

妈 妈：杰 克，我 能 进 来 吗?
mā ma   jié kè   wǒ néng jìn lái ma

杰 克：请 进，妈 妈。有 什 么 事?
jié kè   qǐng jìn   mā ma   yǒu shén me shì

妈 妈：星 期 天 是 你 姐 姐 的 生 日，她 十 六 岁 了。
mā ma   xīng qī tiān shì nǐ jiě jie de shēng rì tā shí liù suì le

杰 克：我 们 应 该 庆 祝 一 下。
jié kè   wǒ men yīng gāi qìng zhù yí xià

妈 妈：怎 么 庆 祝? 你 有 什 么 建 议?
mā ma   zěn me qìng zhù   nǐ yǒu shén me jiàn yì

杰 克：我 们 应 该 给 她 开 一 个 生 日 晚 会。
jié kè   wǒ men yīng gāi gěi tā kāi yí ge shēng rì wǎn huì

妈 妈：这 是 个 好 主 意，谢 谢 你!
mā ma   zhè shì ge hǎo zhǔ yi   xiè xie nǐ

111

Text 2

Li Dalong's father forgets that it's Saturday today...

爸 爸： 大 龙， 你 怎 么 还 在 玩 电 脑？ 你 今 天 不
bà ba dà lóng nǐ zěn me hái zài wán diàn nǎo nǐ jīn tiān bú

上 学 吗？
shàng xué ma

大 龙： 今 天 是 星 期 六。
dà lóng jīn tiān shì xīng qī liù

爸 爸： 糟 糕， 我 忘 了。 今 天 我 们 应 该 去 钓 鱼。
bà ba zāo gāo wǒ wàng le jīn tiān wǒ men yīng gāi qù diào yú

大 龙： 太 好 了！ 我 们 什 么 时 候 出 发？
dà lóng tài hǎo le wǒ men shén me shí hou chū fā

爸 爸： 现 在 已 经 八 点 了， 一 个 小 时 以 后 出
bà ba xiàn zài yǐ jīng bā diǎn le yí ge xiǎo shí yǐ hòu chū

发， 好 吗？
fā hǎo ma

大 龙： 好 的。 小 龙 还 在 睡 觉， 我 去 叫 他。
dà lóng hǎo de xiǎo lóng hái zài shuì jiào wǒ qù jiào tā

New words

1. 请进	qǐng jìn		come in, please
2. 庆祝	qìngzhù	(v.)	to celebrate
3. 建议	jiànyì	(n.)	suggestion
4. 开	kāi	(v.)	to give (a party) ; to hold (a meeting)
5. 晚会	wǎnhuì	(n.)	party
6. 主意	zhǔyi	(n.)	idea
7. 忘	wàng	(v.)	to forget
8. 钓鱼	diào yú		to go fishing
9. 出发	chūfā	(v.)	to set out
10. 小时	xiǎoshí	(n.)	hour

Exercises

1. Answer the questions.

(1) 星 期 天 是 谁 的 生 日?
xīng qī tiān shì shuí de shēng rì

(2) 杰 克 有 什 么 建 议?
jié kè yǒu shén me jiàn yì

(3) 妈 妈 同 意 杰 克 的 建 议 吗?
mā ma tóng yì jié kè de jiàn yì ma

(4) 李 大 龙 今 天 为 什 么 不 上 学?
lǐ dà lóng jīn tiān wèi shén me bú shàngxué

(5) 爸 爸 打 算 今 天 干 什 么?
bà ba dǎ suàn jīn tiān gàn shén me

(5) 他 们 准 备 什 么 时 候 出 发?
tā men zhǔn bèi shén me shí hou chū fā

2. Polite expressions.

Read and think of when and where you can use these expressions.

请 进
qǐng jìn

请 问
qǐng wèn

请 看
qǐng kàn

请 坐
qǐng zuò

请 喝 茶
qǐng hē chá

3. On your own.

Complete the following conversations. Think of 3 more situations and practice with a partner.

A：小 龙 起 床 了 吗？
xiǎo lóng qǐ chuáng le ma

B：没 有，他 还 在 睡 觉。
méi yǒu tā hái zài shuì jiào

A：他 应 该 起 床 了。
tā yīng gāi qǐ chuáng le

A：大 龙 做 作 业 了 吗？
dà lóng zuò zuò yè le ma

B：_____ 。

A：_____ 。

A：安 妮 睡 觉 了 吗？
ān nī shuì jiào le ma

B：_____ 。

A：_____ 。

4. Conversation practice.

Practice reading Text 1 with a partner. Make other suggestions for celebrating a birthday.

送 一 张 生 日 贺 卡
sòng yì zhāng shēng rì hè kǎ

请 她 吃 饭
qǐng tā chī fàn

买 一 个 生 日 礼 物
mǎi yí ge shēng rì lǐ wù

请 她 看 电 影
qǐng tā kàn diàn yǐng

买 一 个 生 日 蛋 糕
mǎi yí ge shēng rì dàn gāo

约 她 一 起 玩
yuē tā yì qǐ wán

5. Class activity.

Write down three favorite birthday presents and activities. Discuss in groups how you would like to celebrate your birthday. Make a chart with the information.

"你 的 生 日 是 几 月 几 号?" "你 最 喜 欢 怎 么 过 生 日?"
nǐ de shēng rì shì jǐ yuè jǐ hào   nǐ zuì xǐ huan zěn me guò shēng rì

"你 有 什 么 建 议?" "这 是 个 好 主 意。"
nǐ yǒu shén me jiàn yì   zhè shì ge hǎo zhǔ yi

姓 名	生 日	喜欢的生日礼物	喜欢怎么过生日?
安 妮	2月10号	音乐贺卡，音乐盒	听音乐会，吃蛋糕
马 明	……	……	……

Listen and practice

1. Listen and then choose the correct answer to each question.

(1) How old is the girl's brother?

①16 岁 ②17 岁 ③18 岁 ④19 岁
suì   suì   suì   suì

(2) How are they going to celebrate her brother's birthday?

①睡 觉 ②钓 鱼 ③吃 蛋 糕 ④开 晚 会
shuì jiào diào yú chī dàn gāo kāi wǎn huì

(3) What was their father doing all morning?

①钓 鱼 ②做 蛋 糕 ③睡 觉 ④庆 祝 哥 哥 的 生 日
diào yú zuò dàn gāo shuì jiào qìng zhù gē ge de shēng rì

2. Look at the picture while listening, and write down the sentences you hear in *Pinyin*.

A white piece of cloud is criticizing a dark piece of cloud. It says,"I'm a cloud, and you are too. I'm clean and pretty but you're very dark and very ugly. Painters like me, and so do writers but they don't like you."

3. Read the following poem.

鱼 儿 鱼 儿 水 中 游,
yú er yú er shuǐ zhōng yóu

游 来 游 去 乐 悠 悠;
yóu lái yóu qù lè yōu yōu

累 了 卧 水 草,
lèi le wò shuǐ cǎo

饿 了 吃 小 虫;
è le chī xiǎo chóng

乐 悠 悠, 乐 悠 悠,
lè yōu yōu lè yōu yōu

水 晶 世 界 任 自 由。
shuǐ jīng shì jiè rèn zì yóu

Fish wanders in the water, enjoying the great wonder. Resting in the waterweed when weary; eating the little worm when hungry. It's so good to feel free in this crystal world.

Learn to write

Write more Chinese characters that contain the following components. (Do it separately and then compare with a partner.)

部件	例字	
兄	祝	
心	意	
日	时	
钅	钓	
讠	该	

116

15 一 次 野 餐
yí cì yě cān

Warming-up

Have you ever had a picnic? Describe it to your class.

Text 1

Jack is telling everyone about his picnic experience.

上 个 星 期 六 天 气 很 暖 和, 我 们 全 家 决 定
shàng ge xīng qī liù tiān qì hěn nuǎn huo　wǒ men quán jiā jué dìng

去 野 餐。早 晨 九 点, 我 们 出 发 了。爸 爸 开 车, 妈
qù yě cān　zǎo chen jiǔ diǎn　wǒ men chū fā le　bà ba kāi chē　mā

妈 在 看 地 图, 我 在 听 音 乐, 姐 姐 在 看 风 景。我
ma zài kàn dì tú　wǒ zài tīng yīn yuè　jiě jie zài kàn fēng jǐng　wǒ

们 就 要 到 了, 这 时 候, 妈 妈 发 现 弟 弟 不 在 车 上。
men jiù yào dào le　zhè shí hou　mā ma fā xiàn dì di bú zài chē shang

你 们 知 道 我 弟 弟 在 哪 儿 吗? 弟 弟 在 家 里, 他 还
nǐ men zhī dào wǒ dì di zài nǎr　ma　dì di zài jiā li　tā hái

在 睡 觉 呢。
zài shuì jiào ne

Text 2

Weather forecast.

今 天 白 天：晴， 有 风， 最 高 温 度 80F①。
jīn tiān bái tiān qíng yǒu fēng zuì gāo wēn dù

今 天 晚 上：阴， 有 雨， 最 低 温 度 60F。
jīn tiān wǎn shang yīn yǒu yǔ zuì dī wēn dù

New words

1. 次	cì	(m.)	*a measure word for event occurance; time*
2. 暖和	nuǎnhuo	(adj.)	warm
3. 全家	quánjiā	(n.)	the entire family
4. 决定	juédìng	(v.)	to decide
5. 野餐	yěcān	(n.)	picnic
6. 早晨	zǎochen	(n.)	morning
7. 地图	dìtú	(n.)	map
8. 风景	fēngjǐng	(n.)	scenery
9. 发现	fāxiàn	(v.)	to find; to realize
10. 知道	zhīdào	(v.)	to know
11. 白天	báitiān	(n.)	daytime
12. 晴	qíng	(adj.)	(of weather) fine; clear
13. 高	gāo	(adj.)	high; tall
14. 低	dī	(adj.)	low
15. 温度	wēndù	(n.)	temperature
16. 阴	yīn	(adj.)	overcast
17. 雨	yǔ	(n.)	rain

---

① Fahrenheit.

Exercises

1. Find the correct answer to each question.

上 个 星 期 六 天 气 怎 么 样?
shàng ge xīng qī liù tiān qì zěn me yàng

杰 克 全 家 去 做 什 么 了?
jié kè quán jiā qù zuò shén me le

他 们 几 点 出 发 的?
tā men jǐ diǎn chū fā de

姐 姐 在 做 什 么?
jiě jie zài zuò shén me

弟 弟 在 哪 儿?
dì di zài nǎr

他 们 九 点 出 发 的。
tā men jiǔ diǎn chū fā de

弟 弟 在 睡 觉。
dì di zài shuì jiào

天 气 很 暖 和。
tiān qì hěn nuǎn huo

他 们 去 野 餐 了。
tā men qù yě cān le

她 在 看 风 景。
tā zài kàn fēng jǐng

2. Vocabulary.

(1) Read and guess the meaning. Think of situations to use these words.

全 家
quán jiā

全 班
quán bān

全 年 级
quán nián jí

全 学 校
quán xué xiào

全 世 界
quán shì jiè

(2) Complete the chart with words from the list. Add two more words to each category. Compare with a partner.

律 师　　手 套　　钓 鱼
lǜ shī　　shǒu tào　　diào yú

围 巾　　秘 书　　医 生
wéi jīn　　mì shū　　yī shēng

经 理　　开 晚 会
jīng lǐ　　kāi wǎn huì

Entertainment	Job	Clothing

3. Weather forecast.

Ask your partner the following questions. Make a weather forecast table for this week.

(1) 你 经 常 听 天 气 预 报 吗？
nǐ jīng cháng tīng tiān qì yù bào ma

(2) 最 近 几 天 的 天 气 怎 么 样？
zuì jìn jǐ tiān de tiān qì zěn me yàng

4. China snapshot.

中 国 青 少 年 的 周 末
zhōng guó qīng shào nián de zhōu mò

中 国 的 中 小 学 每 周 休 息 两 天：星 期 六、星 期 天。他 们
zhōng guó de zhōng xiǎo xué měi zhōu xiū xi liǎng tiān xīng qī liù xīng qī tiān tā men

周 末 干 什 么 呢？
zhōu mò gàn shén me ne

4%玩 游 戏 机
wán yóu xì jī

5%听 音 乐
tīng yīn yuè

10%看 电 视
kàn diàn shì

30%上 补 习 班
shàng bǔ xí bān

1%其 他 娱 乐 活 动
qí tā yú lè huó dòng

50%做 作 业
zuò zuò yè

Use these questions to create a class discussion.

(1) What information surprised you? Why?

(2) What do you think of their weekend? How do you spend your weekend?

5. Class activity.

(1) Interview your classmates about their attitudes on picnic.

① 你 喜 欢 去 野 餐 吗？你 喜 欢 和 谁 一 起 去 野 餐？
nǐ xǐ huan qù yě cān ma nǐ xǐ huan hé shuí yì qǐ qù yě cān

② 你 经 常 去 野 餐 吗？一 个 月 / 半 年 去 几 次？
nǐ jīng cháng qù yě cān ma yí ge yuè bàn nián qù jǐ cì

(2) Each one write three activities one always does during the weekend. List them on the blackboard. Find the three most popular weekend activities.

"星 期 六、星 期 日（周 末）我 经 常……"
xīng qī liù xīng qī rì zhōu mò wǒ jīng cháng

Reading

Read the following story and tell it to others.

一 个 男 孩 儿 问 一 个 女 孩
儿："我 们 长 大 (zhǎngdà, to grow up) 以
后，你 跟 我 结 婚 (jiéhūn, to marry)，好 吗？"
女 孩 儿 回 答 (huídá, to answer)："不 行。
男 孩 儿 问："为 什 么？" 女 孩 儿 说：
"在 我 们 家，爷 爷 跟 奶 奶 结 婚，
爸 爸 跟 妈 妈 结 婚，你 不 是 我 们 家 的
人，所 以，你 不 能 跟 我 结 婚。"

Writing

Write a composition about one of your picnic experiences with your family or friends.

Read and sing

家 家 都 有 爸 爸 妈 妈，
jiā jiā dōu yǒu bà ba mā ma

人 人 都 有 爸 爸 妈 妈。
rén rén dōu yǒu bà ba mā ma

爸 爸 妈 妈 为 我 们 操 劳 一 生，
bà ba mā ma wèi wǒ men cāo láo yì shēng

爸 爸 妈 妈 为 我 们 累 出 白 发。
bà ba mā ma wèi wǒ men lèi chū bái fà

In each family there is a father and a mother.

Everyone has a father and a mother.

For our happiness all their lives they labor.

That's why gray hairs appear.

Learn to write

Write more Chinese characters that contain the following components. (Do it separately and then compare with a partner.)

部件	例字	
饣(食)	餐	
京	景	
日	暖	
冫	次	
辶	选	

UNIT SUMMARY

FUNCTIONAL USAGE

1. Consulting with others

我 先 用 一 下，好 吗?
wǒ xiān yòng yí xià hǎo ma

2. Passing information

请 告 诉 安 妮……
qǐng gào su ān nī

3. Exchanging festive greetings

祝 她 节 日 快 乐!
zhù tā jié rì kuài lè

4. Introducing families

这 是 我 们 家 的 照 片……
zhè shì wǒ men jiā de zhào piàn

5. Expressing ambitions

我 想 当 律 师。
wǒ xiǎng dāng lǜ shi

6. Expressing apologies and forgiveness

对 不 起。
duì bu qǐ

没 关 系。
méi guān xi

7. Soliciting opinions

你 有 什 么 建 议?
nǐ yǒu shén me jiàn yì

GRAMMAR FOCUS

Sentence pattern	*Example*

1. 在
   zài

   我 在 看 礼 物。
   wǒ zài kàn lǐ wù

2. 要
   yào

   我 要 去 火 车 站。
   wǒ yào qù huǒ chē zhàn

3. 让
   ràng

   让 她 给 我 打 电 话。
   ràng tā gěi wǒ dǎ diàn huà

4. 以 前……现 在……
   yǐ qián   xiàn zài

   妈 妈 以 前 是 教 师，现 在 当 秘 书。
   mā ma yǐ qián shì jiào shī xiàn zài dāng mì shū

5. 应 该
   yīng gāi

   我 们 应 该 开 一 个 生 日 晚 会。
   wǒ men yīng gāi kāi yí ge shēng rì wǎn huì

6. 还
   hái

   小 龙 还 在 睡 觉。
   xiǎo lóng hái zài shuì jiào

Unit Four

Warming-up

Ask one of your classmates how they are feeling at the moment.
Have there been any changes in their physical feelings or appearance lately?
For example, caught a cold, lost weight etc.

我 饿 了。
wǒ è le

我 吃 了 一 个 汉 堡。
wǒ chī le yí ge hàn bǎo

我 吃 饱 了。
wǒ chī bǎo le

我 渴 了。
wǒ kě le

我 喝 了 一 杯 牛 奶。
wǒ hē le yì bēi niú nǎi

我 喝 完 了。
wǒ hē wán le

我 长 高 了。
wǒ zhǎng gāo le

我 长 胖 了。
wǒ zhǎng pàng le

我 生 病 了。
wǒ shēng bìng le

我 发 烧。
wǒ fā shāo

我 嗓 子 疼。
wǒ sǎng zi téng

我 咳 嗽。
wǒ ké sou

16 早 饭 你 吃 了 什 么
zǎo fàn nǐ chī le shén me

Warming-up

Ask your classmates: What they had for breakfast this morning and add more items to this page according to your survey.

包 子
bāo zi

鸡 蛋
jī dàn

面 包
miàn bāo

汉 堡
hàn bǎo

热 狗
rè gǒu

冰 淇 淋
bīng qí lín

你 吃（喝）了 什 么？
nǐ chī hē le shén me

苹 果
píng guǒ

香 蕉
xiāng jiāo

橙 子
chéng zi

葡 萄
pú táo

梨
lí

西 瓜
xī guā

粥
zhōu

可 口 可 乐
kě kǒu kě lè

果 汁
guǒ zhī

牛 奶
niú nǎi

咖 啡
kā fēi

茶
chá

水
shuǐ

128

Text 1

Jack and Ma Ming are talking about what they had for breakfast...

马 明： 杰 克， 你 吃 早 饭 了 吗?
mǎ míng　jié kè　nǐ　chī zǎo fàn　le　ma

杰 克： 吃 了。
jié kè　chī le

马 明： 你 吃 了 什 么?
mǎ míng　nǐ　chī le　shén me

杰 克： 我 喝 了 一 杯 牛 奶， 吃 了 两 个 鸡 蛋，
jié kè　wǒ hē le　yì bēi niú nǎ　chī le　liǎng ge　jī dàn

还 有 一 个 香 蕉。 你 呢?
hái yǒu yí ge xiāng jiāo　nǐ ne

马 明： 我 喝 了 一 碗 粥。
mǎ míng　wǒ hē le yì wǎn zhōu

杰 克： 太 少 了。 你 怎 么 不 吃 点 儿 面 包?
jié kè　tài shǎo le　nǐ zěn me　bù chī diǎnr　miàn bāo

马 明： 我 不 爱 吃 面 包。
mǎ míng　wǒ bú ài chī miàn bāo

129

Text 2

Jack's and Ma Ming's diets.

杰 克 的 食 谱 jié kè de shí pǔ		马 明 的 食 谱 mǎ míng de shí pǔ
早饭 zǎo fàn	牛 奶、鸡 蛋、香 蕉 niú nǎi jī dàn xiāng jiāo	粥、包 子 zhōu bāo zi
午饭 wǔ fàn	三 明 治、可 口 可 乐 sān míng zhì kě kǒu kě lè	面 条 儿、饺 子 miàn tiáor jiǎo zi
晚饭 wǎn fàn	面 包、黄 油、西 红 柿 汤 miàn bāo huáng yóu xī hóng shì tāng	米 饭、豆 腐、鸡 蛋 汤 mǐ fàn dòu fu jī dàn tāng

New words

1. 早饭　　zǎofàn　　(n.)　　breakfast

2. 杯　　　bēi　　　(m.)　　*a measure word for liquid in glass or cup*

3. 香蕉　　xiāngjiāo　(n.)　　banana

4. 粥　　　zhōu　　　(n.)　　porridge

5. 食谱　　shípǔ　　　(n.)　　diet

6. 包子　　bāozi　　　(n.)　　steamed stuffed bun

7. 午饭　　wǔfàn　　　(n.)　　lunch

8. 三明治　sānmíngzhì　(v.)　　sandwich

9. 可口可乐　Kěkǒu kělè　(n.)　　Coca-Cola

10. 面条儿　miàntiáor　(n.)　　noodles

11. 晚饭　　wǎnfàn　　(n.)　　dinner

12. 米饭　　mǐfàn　　　(n.)　　(cooked) rice

13. 豆腐　　dòufu　　　(n.)　　bean curd

130

Exercises

1. Foods.

Divide the words in the text introduction (warming-up) into like and dislike. Add a few more foods to each list.

喜 欢 的 食 品 xǐ huan de shí pǐn	不 喜 欢 的 食 品 bù xǐ huan de shí pǐn

2. On your own.

Complete following conversations. Practice with a partner.

(1) A: 早 饭 你 吃 了 什 么?
    zǎo fàn nǐ chī le shén me

B: 我 喝 了 一 杯 牛 奶。
   wǒ hē le yì bēi niú nǎi

A: 午 饭＿＿＿＿＿＿＿＿＿?
   wǔ fàn

B: ＿＿＿＿＿＿＿＿＿。（一 碗 面 条 儿）
                    yì wǎn miàn tiáor

A: 晚 饭＿＿＿＿＿＿＿＿＿?
   wǎn fàn

B: ＿＿＿＿＿＿＿＿＿＿＿＿＿。

（两 碗 米 饭、一 碗 汤）
liǎng wǎn mǐ fàn yì wǎn tāng

(2) A: 妈 妈 买 了 什 么?
    mā ma mǎi le shén me

B: 她 买 了 很 多 面 包。
   tā mǎi le hěn duō miàn bāo

A: 你 选 了 什 么 课?
   nǐ xuǎn le shén me kè

B: ＿＿＿＿＿＿＿＿＿。（汉 语、武 术）
                    hàn yǔ wǔ shù

A: 你 看 了 什 么 电 影?
   nǐ kàn le shén me diàn yǐng

B: ＿＿＿＿＿＿＿＿＿＿＿＿＿。

（一 部 中 国 电 影）
yí bù zhōngguó diàn yǐng

3. Interview your partner.

(1) 你 每 天 吃 早 饭 吗?
    nǐ　měi tiān chī zǎo fàn ma

(2) 早 饭 你 喜 欢 吃 什 么?
    zǎo fàn nǐ　xǐ huan chī shén me

(3) 午 饭 你 喜 欢 吃 什 么?
    wǔ fàn nǐ　xǐ huan chī shén me

(5) 晚 饭 你 喜 欢 吃 什 么?
    wǎn fàn nǐ　xǐ huan chī shén me

4. Class activity.

(1) In groups write down what you had yesterday for breakfast, lunch and dinner. Exchange your diet lists with your group.

(2) In groups, discuss what is the healthest diet, then write down.

Listen and practice

1. Listen and then choose the correct answer to each question.

(1) What did the girl have for lunch today?

  ① 饺 子　　　　② 面 包　　　　③ 鸡 蛋　　　　④ 三 明 治
    jiǎo zi　　　　　miàn bāo　　　　jī dàn　　　　　sān míng zhì

(2) Who ate two eggs?

  ① 男 学 生　　　　　　　　② 女 学 生
    nán xué shēng　　　　　　　nǚ xué shēng

  ③ 女 学 生 的 弟 弟　　　　④ 男 学 生 的 弟 弟
    nǚ xué shēng de dì di　　　nán xué shēng de dì di

(3) What did the boy have for breakfast?

  ① 面 条 儿　　　② 三 明 治　　　③ 香 蕉　　　④ 鸡 蛋
    miàn tiáor　　　　sān míng zhì　　xiāng jiāo　　jī dàn

2. Look at the picture while listening, and write down the sentences you hear in *Pinyin*.

3. Read the following rhymed story (which is recited to the rhythm of bamboo clappers).

A: 玛 丽，玛 丽，我 问 你，
mǎ lì mǎ lì wǒ wèn nǐ

   Mary, Mary, I want to know where I

   我 想 吃 饭 去 哪 里？
wǒ xiǎng chī fàn qù nǎ li

   shall go if I want to have a meal.

B: 家 明，家 明，别 着 急，
jiā míng jiā míng bié zháo jí

   Jiaming, Jiaming, don't worry.

   我 们 两 个 一 起 去，
wǒ men liǎng ge yì qǐ qù

   I'll go together with you.

   前 面 的 饭 馆 很 便 宜。
qián mian de fàn guǎn hěn pián yi

   The restaurant up ahead is not dear at all.

C: 二 位 顾 客 请 往 里，
èr wèi gù kè qǐng wǎng lǐ

   Please come in.

   我 把 菜 单 递 给 你。
wǒ bǎ cài dān dì gěi nǐ

   I'll show you the menu.

A：我 来 一 条 大 鲤 鱼。   I'll have the large carp.
    wǒ lái yì tiáo dà lǐ yú

B：我 来 一 杯 二 锅 头，   I'd like a glass of Erguotou and
    wǒ lái yì bēi èr guō tóu

    还 要 一 只 香 酥 鸡。   some chicken, nice and crispy.
    hái yào yì zhī xiāng sū jī

C：你 们 的 酒 菜 都 到 齐，   Here's all your orders.
    nǐ men de jiǔ cài dōu dào qí

    一 共 三 十 七 块 八 毛 一。   It comes to 37 dollars and 81cents in all.
    yí gòng sān shí qī kuài bā máo yī

A、B：谢 谢 你，麻 烦 你!   Thank you for all your trouble.
      xiè xie nǐ má fan nǐ

C：二 位 顾 客 别 客 气，   No trouble at all.
    èr wèi gù kè bié kè qi

    饭 后 付 款 我 来 取!   I'll get your bill after you finish the meal.
    fàn hòu fù kuǎn wǒ lái qǔ

134

Learn to write

Write more Chinese characters that contain the following components. (Do it separately and then compare with a partner.)

部件	例字	
不	杯	
米	粥	
反	饭	
木	杯	

17 我 喜 欢 喝 茶
wǒ xǐ huan hē chá

Warming-up

Add more phrases to substitute the colored sections below and say them out loud to one of your classmates.

我 请 你 喝 茶。
wǒ qǐng nǐ hē chá

我 请 你 喝 咖 啡。
wǒ qǐng nǐ hē kā fēi

我 请 你 吃 饭。
wǒ qǐng nǐ chī fàn

我 请 你 看 电 影。
wǒ qǐng nǐ kàn diàn yǐng

我 请 你 听 音 乐 会。
wǒ qǐng nǐ tīng yīn yuè huì

我 请 你 看 足 球 比 赛。
wǒ qǐng nǐ kàn zú qiú bǐ sài

Text 1

Ma Ming and his classmates are going to have some fast food.

马 明： 我 饿 了， 你 们 饿 不 饿？
mǎ míng wǒ è le nǐ men è bu è

大 龙： 我 不 饿， 不 过 我 有 点 儿 渴。 今 天 天 气 太
dà lóng wǒ bú è bú guò wǒ yǒu diǎnr kě jīn tiān tiān qì tài

热 了。
rè le

杰 克： 我 又 饿 又 渴， 哪 里 有 饭 馆？
jié kè wǒ yòu è yòu kě nǎ li yǒu fàn guǎn

大 龙： 前 边 有 个 麦 当 劳 店。
dà lóng qián bian yǒu ge mài dāng láo diàn

马 明： 好， 我 们 去 那 儿 吃 点 儿 东 西 吧！
mǎ míng hǎo wǒ men qù nàr chī diǎnr dōng xi ba

Text 2

At a teahouse, Annie wants to treat Wang Xiaoyu to some coffee.

安 妮：小 雨，我 请 你 喝 咖 啡，好 不 好？
ān　nī　xiǎo　yǔ　wǒ　qǐng　nǐ　hē　kā　fēi　hǎo　bu　hǎo

小 雨：我 不 喜 欢 喝 咖 啡。
xiǎo　yǔ　wǒ　bù　xǐ　huan　hē　kā　fēi

安 妮：你 喜 欢 喝 什 么？
ān　nī　nǐ　xǐ　huan　hē　shén　me

小 雨：我 最 喜 欢 喝 茶。
xiǎo　yǔ　wǒ　zuì　xǐ　huan　hē　chá

安 妮：好，我 请 你 喝 茶。中 国 人 都 爱 喝 茶 吗？
ān　nī　hǎo　wǒ　qǐng　nǐ　hē　chá　zhōng　guó　rén　dōu　ài　hē　chá　ma

小 雨：很 多 人 都 喜 欢，喝 茶 在 中 国 是 一 种 文
xiǎo　yǔ　hěn　duō　rén　dōu　xǐ　huan　hē　chá　zài　zhōng　guó　shì　yì　zhǒng　wén

化。不 过，现 在 有 些 中 国 人 也 爱 喝 咖 啡。
huà　bú　guò　xiàn　zài　yǒu　xiē　zhōng　guó　rén　yě　ài　hē　kā　fēi

New words

1. 饿	è	(adj.)	hungry
2. 又……又……	yòu… yòu…		both... and...
			(reduplicated, with verbs and adjectives)
3. 饭馆	fànguǎn	(n.)	restaurant
4. 前边	qiánbian	(n.)	ahead; front
5. 咖啡	kāfēi	(n.)	coffee
6. 茶	chá	(n.)	tea
7. 中国人	zhōngguórén	(n.)	Chinese people
8. 文化	wénhuà	(n.)	culture
9. 有些	yǒuxiē	(pron.)	some

Proper noun

麦当劳店	Màidāngláo Diàn	McDonalds

Exercises

1. Check the sentences (✓ or ×).

(1) 马 明 渴 了。(　　)
mǎ míng kě le

(2) 杰 克 又 饿 又 渴。(　　)
jié kè yòu è yòu kě

(3) 马 明 不 喜 欢 吃 麦 当 劳。(　　)
mǎ míng bù xǐ huan chī mài dāng láo

(4) 安 妮 请 小 雨 喝 咖 啡。(　　)
ān nī qǐng xiǎo yǔ hē kā fēi

(5) 小 雨 最 喜 欢 喝 咖 啡。(　　)
xiǎo yǔ zuì xǐ huan hē kā fēi

(6) 喝 茶 在 中 国 是 一 种 文 化。(　　)
hē chá zài zhōngguó shì yì zhǒng wén huà

(7) 中 国 人 都 不 爱 喝 咖 啡。（　　）
zhōng guó rén dōu bú ài hē kā fēi

2. On your own.

(1) ……了

Complete the conversation. Practice with a partner.

A：我 饿 了。
wǒ è le

B：快 吃 点 儿 东 西 吧!
kuài chī diǎnr dōng xi ba

A：＿＿＿＿＿＿＿＿（渴）。
kě

B：＿＿＿＿＿＿＿＿＿＿＿

A：＿＿＿＿＿＿＿＿（累）。
lèi

B：＿＿＿＿＿＿＿＿＿＿＿

(2) 又……又……

Complete the following sentences. Write three more of your own sentences.Compare with a partner.

我 又 饿 又 渴。
wǒ yòu è yòu kě

她 的 头 发＿＿＿黑＿＿＿长。
tā de tóu fa hēi cháng

她 的 眼 睛＿＿＿大＿＿＿亮。
tā de yǎn jing dà liàng

(3) 最

Complete the following sentences. Write three more of your own sentences. Compare with a partner.

王 小 雨 最 喜 欢 喝 茶。
wáng xiǎo yǔ zuì xǐ huan hē chá

Linda ＿＿＿喜 欢 喝 咖 啡。
xǐ huan hē kā fēi

Susan ＿＿＿喜 欢 听 音 乐 会。
xǐ huan tīng yīn yuè huì

3. Ask your partner the following questions.

(1) 现 在 你 饿 了 吗?
   xiàn zài nǐ è le ma

(2) 现 在 你 渴 了 吗?
   xiàn zài nǐ kě le ma

(3) 你 喜 欢 喝 咖 啡 还 是 喝 茶?
   nǐ xǐ huan hē kā fēi hái shi hē chá

(4) 你 最 喜 欢 喝 什 么 饮 料?
   nǐ zuì xǐ huan hē shén me yǐn liào

4. China snapshot.

麦 当 劳 在 中 国
mài dāng láo zài zhōng guó

到 2004 年,中 国 一 共 有 九 百 多 家 麦 当 劳 快 餐
dào   nián zhōng guó yí gòng yǒu jiǔ bǎi duō jiā mài dāng láo kuài cān

店。中 国 的 大 城 市 几 乎 都 有 麦 当 劳 快 餐 店。
diàn zhōng guó de dà chéng shì jǐ hū dōu yǒu mài dāng láo kuài cān diàn

141

孩 子 们 特 别 喜 欢 吃 麦 当 劳 快 餐, 因 为 麦 当 劳 快
hái zi men tè bié xǐ huan chī mài dāng láo kuài cān yīn wèi mài dāng láo kuài

餐 店 总 是 给 他 们 一 些 小 玩 具。 以 前, 成 人 不 太 喜 欢
cān diàn zǒng shì gěi tā men yì xiē xiǎo wán jù yǐ qián chéng rén bú tài xǐ huan

吃 麦 当 劳 快 餐, 现 在, 许 多 成 人 也 开 始 喜 欢 吃 了。
chī mài dāng láo kuài cān xiàn zài xǔ duō chéng rén yě kāi shǐ xǐ huan chī le

(1) 你 觉 得 中 国 的 麦 当 劳 快 餐 店 多 不 多?
nǐ jué de zhōngguó de mài dāng láo kuài cān diàn duō bu duō

(2) 你 喜 欢 吃 快 餐 吗? 为 什 么?
nǐ xǐ huan chī kuài cān ma wèi shén me

5. Class activity.

(1) Make a survey. Ask your classmates what their favorite drinks are.

你 喜 欢 喝 咖 啡 还 是 喝 茶?
nǐ xǐ huan hē kā fēi hái shi hē chá

你 最 喜 欢 喝 什 么 饮 料?
nǐ zuì xǐ huan hē shén me yǐn liào

(2) Write the foods you like on the blackbord. Discuss which are good for your health.

"这 种 食 品 对 身 体 好, 那 种 食 品 对 身 体 不 好。"
zhè zhǒng shí pǐn duì shēn tǐ hǎo nà zhǒng shí pǐn duì shēn tǐ bù hǎo

Listen and practice

1. Listen and then choose the correct answer to each question.

(1) What did the woman do?

① 吃 饭 了   ② 饿 了   ③ 睡 觉 了   ④ 上 学 了
chī fàn le   è le   shuì jiào le   shàng xué le

(2) What does she like to eat?

① 面 包   ② 面 条 儿   ③ 三 明 治   ④ 饺 子
miàn bāo   miàn tiáor   sān míng zhì   jiǎo zi

(3) What does she like to drink?

① 茶   ② 可 口 可 乐   ③ 牛 奶   ④ 咖 啡
chá   kě kǒu kě lè   niú nǎi   kā fēi

2. Look at the picture while listening, and write down the sentences you hear in *Pinyin*.

3. Read the following ancient poem.

离　离　原　上　草，
lí　lí　yuán shang cǎo

一　岁　一　枯　荣。
yí　suì　yì　kū　róng

野　火　烧　不　尽，
yě　huǒ　shāo　bú　jìn

春　风　吹　又　生。
chūn fēng chui yòu shēng

Wild grasses spread over ancient plain, with spring and fall they come and go.

Wild fire can't burn them up. Again they rise when vernal breezes blow.

143

Learn to write

Write more Chinese characters that contain the following components. (Do it separately and then compare with a partner.)

部件	例字			
力	边			
艹	茶			
亻	化			
口	咖			

18　我　吃　饱　了
wǒ　chī　bǎo　le

Warming-up

Add more items to this page and then write them on the blackboard in two columns with chi (吃)
and he (喝). Point to one of the items and ask one of your classmates, say them out loud with chi (吃)
and he (喝) as quickly as possible.

吃　饱　了。
chī　bǎo　le

吃　面　包
chī　miàn　bāo

吃　鸡　蛋　炒　饭
chī　jī　dàn　chǎo　fàn

吃　意　大　利　面
chī　yì　dà　lì　miàn

吃　比　萨　饼
chī　bǐ　sà　bǐng

喝　果　汁
hē　guǒ　zhī

喝　咖　啡
hē　kā　fēi

喝　够　了。
hē　gòu　le

喝　矿　泉　水
hē　kuàng quán shuǐ

145

Text 1

Annie's family is having dinner, but she eats very little...

妈 妈：安 妮，你 吃 完 了 吗①?
mā ma ān nī nǐ chī wán le ma

安 妮：我 吃 完 了。
ān nī wǒ chī wán le

妈 妈：你 只 吃 了 一 片 面 包，太 少 了。
mā ma nǐ zhǐ chī le yí piàn miàn bāo tài shǎo le

安 妮：不 少，我 已 经 吃 饱 了。
ān nī bù shǎo wǒ yǐ jīng chī bǎo le

妈 妈：你 再 喝 一 杯 果 汁，怎 么 样?
mā ma nǐ zài hē yì bēi guǒ zhī zěn me yàng

安 妮：不 喝 了，我 喝 够 了。
ān nī bù hē le wǒ hē gòu le

_____

① Have you finished eating?

146

Text 2

In Li Dalong's home, his mother just came back from work...

大 龙: 妈 妈， 我 做 好 晚 饭 了!
dà lóng　mā ma　wǒ zuò hǎo wǎn fàn　le

妈 妈: 你 做 了 什 么?
mā ma　nǐ zuò le shén me

大 龙: 我 做 了 鸡 蛋 炒 饭， 你 尝 一 尝。
dà lóng　wǒ zuò le jī dàn chǎo fàn　nǐ cháng yi cháng

妈 妈: 很 好 吃， 只 是 有 点 儿 淡。
mā ma　hěn hǎo chi zhǐ shì yǒu diǎnr　dàn

大 龙: 哦， 我 忘 记 放 盐 了。
dà lóng　ò　wǒ wàng jì fàng yán le

大 龙 的 菜 谱: 鸡 蛋 炒 饭
dà lóng de cài pǔ jī dàn chǎo fàn

Dalong's recipe: fried rice with eggs.

米 饭, 鸡 蛋, 葱, 油, 盐
mǐ fàn jī dàn cōng yóu yán

cooked rice, eggs, spring onions, oil and salt

New words

1. 完	wán	(v.)	to finish; to be over
2. 饱	bǎo	(adj.)	to have eaten one's fill; to be full
3. 果汁	guǒzhī	(n.)	fruit juice
4. 够	gòu	(v.)	enough
5. 尝一尝	cháng yi cháng		to try (food); to taste
6. 只是	zhǐshì	(adv.)	just; only; nothing but
7. 淡	dàn	(adj.)	tasteless

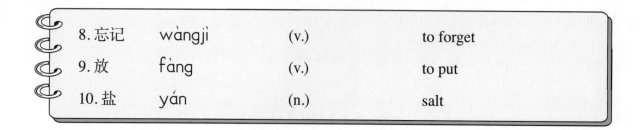

8. 忘记	wàngjì	(v.)		to forget
9. 放	fàng	(v.)		to put
10. 盐	yán	(n.)		salt

Exercises

1. Measure words.

Write the measure words for foods. Read aloud. Write 3 more measure words. Compare with a partner.

一 片 面 包	一_____果 汁	一_____茶	一_____鸡 蛋 炒 饭
yí piàn miàn bāo	yì guǒ zhi	yì chá	yì jī dàn chǎo fàn

2. Does it taste good?

Look up the words " 咸 " and " 淡 " in the dictionary then read the following expressions. Think of when you can use them. Practice with a partner.

来，请 尝 一 尝。
lái qǐng cháng yi cháng

这 个 菜 有 点 儿 淡。
zhè ge cài yǒu diǎnr dàn

这 个 菜 有 点 儿 咸。
zhè ge cài yǒu diǎnr xián

这 个 菜 很 好，不 咸 也 不 淡。
zhè ge cài hěn hǎo bù xián yě bú dàn

3. On your own.

Complete following conversations and sentences. Practice with a partner.

(1) verb + result (with affirmative answer)

A：你 吃 饱 了 吗?
nǐ chī bǎo le ma

B：我 吃 饱 了。
wǒ chī bǎo le

A：你 吃 完 了 吗？　　　　B：_____ 。
　　nǐ chī wán le ma

A：你 喝 够 了 吗？　　　　B：_____ 。
　　nǐ hē gòu le ma

A：你 做 完 作 业 了 吗？　B：_____ 。
　　nǐ zuò wán zuò yè le ma

(2) verb + result (with negative answer)

A：你 吃 饱 了 吗？　　　　B：我 没 吃 饱。
　　nǐ chī bǎo le ma　　　　　　wǒ méi chī bǎo

A：你 吃 完 了 吗？　　　　B：_____ 。
　　nǐ chī wán le ma

A：你 喝 够 了 吗？　　　　B：_____ 。
　　nǐ hē gòu le ma

A：你 做 完 作 业 了 吗？　B：_____ 。
　　nǐ zuò wán zuò yè le ma

(3) 只

我 只 吃 了 一 片 面 包。
wǒ zhǐ chī le yí piàn miàn bāo

_____ 。（一 杯 果 汁）
　　　　　　　　　　　　　　yì bēi guǒ zhī

_____ 。（一 碗 粥）
　　　　　　　　　　　　　　yì wǎn zhōu

_____ 。（一 个 鸡 蛋）
　　　　　　　　　　　　　　yí ge jī dàn

4. What did they learn?

Make correct sentences according to the picture. Write three more sentences. Compare with a partner.

李 大 龙 学 会 做 饭 了。
lǐ dà lóng xué huì zuò fàn le

_____

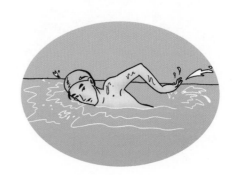

_____ _____

5. Interview a partner.

(1) 今 天 早 上 你 吃 饱 了 吗?
   jīn tiān zǎoshang nǐ chī bǎo le ma

(2) 你 喜 欢 喝 果 汁 吗?
   nǐ xǐ huan hē guǒ zhī ma

(3) 你 会 做 饭 吗? 你 会 做 什 么 饭?
   nǐ huì zuò fàn ma   nǐ huì zuò shén me fàn

(4) 你 喜 欢 吃 淡 一 点 儿 的 还 是 咸 一 点 儿 的?
   nǐ xǐ huan chī dàn yì diǎnr   de hái shi xián yì diǎnr   de

(5) 最 近 你 学 会 了 什 么?
   zuì jìn nǐ xué huì le shén me

6. Class activity.

(1) Discuss: There is a famous Chinese old-saying " 早饭吃好，中饭吃饱，晚饭吃少 ". Do you agree with this?

(2) In groups choose a classmate who can cook and ask him/her to write down his/her recipe. Exchange the recipe with the class.

Listen and practice

1. Listen and then choose the correct answer to each question.

(1) Does the boy feel hungry?

　①很 饿　　　②有 点 儿 饿　　③不 饿
　　hěn è　　　　yǒu diǎnr　è　　bú è

(2) What did the boy have?

　①面 包　　②鸡 蛋　　③米 饭　　④鸡 蛋 炒 饭
　　miàn bāo　　jī dàn　　mǐ fàn　　jī dàn chǎo fàn

(3) Which of the following is not needed in the recipe of fried rice with eggs?

　①鸡 蛋　　②米 饭　　③盐　　④糖
　　jī dàn　　mǐ fàn　　yán　　táng

2. Look at these pictures while listening, and write down the sentences you hear in *Pinyin*.

1. Dad, grandma is very timid.

2. Why?

3. Because everytime I cross the street with her, she holds my hand tightly.

3. Read the following tongue twister.

哥 哥 植 树，弟 弟 买 醋，
gē ge zhí shù dì di mǎi cù

植 树 的 数 数，买 醋 的 找 路。
zhí shù de shǔ shù mǎi cù de zhǎo lù

Elder brother plants trees; younger brother buys vinegar. The one who plants trees counts humber; the one who buys vinegar looks for his way.

151

Learn to write

Write more Chinese characters that contain the following components. (Do it separately and then compare with a partner.)

部件	例字	
包	饱	
己	记	
元	完	
方	放	

19 我的手摔伤了
wǒ de shǒu shuāi shāng le

Warming-up

Add the names of other diseases to this page with the help of your teacher.

头疼	嗓子疼	背疼	腰疼	肚子疼	腿疼
tóu téng	sǎng zi téng	bèi téng	yāo téng	dù zi téng	tuǐ téng
(a headache)	(a sore throat)	(a backache)	(lumbago)	(a stomachache)	(sore legs)

脚疼	感冒	发烧	流鼻涕	拉肚子……
jiǎo téng	gǎn mào	fā shāo	liú bí tì	lā dù zi
(sore feet)	(a cold)	(a fever)	(a runny nose)	(suffer from diarrhoea)

Text 1

Annie and Li Dalong are supposed to see a movie together, but Li Dalong is late...

大 龙： 安 妮， 对 不 起， 我 来 晚 了。
dà lóng ān nī duì bu qǐ wǒ lái wǎn le

安 妮： 大 龙， 你 的 手 怎 么 了？
ān nī dà lóng nǐ de shǒu zěn me le

大 龙： 刚 才 不 小 心 摔 伤 了。
dà lóng gāng cái bù xiǎo xīn shuāi shāng le

安 妮： 疼 不 疼？
ān nī téng bu téng

大 龙： 还 有 点 儿 疼。
dà lóng hái yǒu diǎnr téng

安 妮： 你 最 好 去 检 查 一 下。
ān nī nǐ zuì hǎo qù jiǎn chá yí xià

大 龙： 没 问 题。 我 们 进 去 看 电 影 吧。
dà lóng méi wèn tí wǒ men jìn qù kàn diàn yǐng ba

Text 2

In a drug store, Jack is buying some drugs...

药 剂 师： 你 好， 你 买 什 么 药？
yào jì shī nǐ hǎo nǐ mǎi shén me yào

杰 克： 有 没 有 润 喉 片？
jié kè yǒu méi yǒu rùn hóu piàn

药 剂 师： 润 喉 片 卖 完 了。 你 哪 儿 不 舒 服？
yào jì shī rùn hóu piàn mài wán le nǐ nǎr bù shū fu

杰 克： 我 嗓 子 疼， 流 鼻 涕， 还 有 点 儿 咳 嗽。
jié kè wǒ sǎng zi téng liú bí tì hái yǒu diǎnr ké sou

药 剂 师： 你 可 能 感 冒 了， 试 一 下 这 种 药 吧。
yào jì shī nǐ kě néng gǎn mào le shì yí xià zhè zhǒng yào ba

New words

1. 晚	wǎn	(adj.)	late
2. 刚才	gāngcái	(n.)	just now; a moment ago
3. 不小心	bù xiǎoxīn		carelessly; accidentally
4. 摔伤	shuāishāng	(v.)	fall and hurt oneself
5. 最好	zuìhǎo	(adv.)	had better
6. 没问题	méi wèntí		no problem; that's OK
7. 润喉片	rùnhóupiàn	(n.)	throat lozenge
8. 卖	mài	(v.)	to sell
9. 嗓子	sǎngzi	(n.)	throat
10. 流鼻涕	liú bíti		a runny nose
11. 咳嗽	késou	(v.)	to cough
12. 感冒	gǎnmào	(v.)	to catch a cold

Exercises

1. Answer the questions.

(1) 李 大 龙 为 什 么 来 晚 了?
lǐ dà lóng wèi shén me lái wǎn le

(2) 李 大 龙 去 检 查 了 吗? 为 什 么?
lǐ dà lóng qù jiǎn chá le ma wèi shén me

(3) 杰 克 在 哪 儿? 他 在 干 什 么? 他 怎 么 了?
jié kè zài nǎr tā zài gàn shén me tā zěn me le

2. On your own.

Complete the following sentences. Write three more sentences. Compare with a partner.

刚 才

刚 才 他 在 上 课。
gāng cái tā zài shàng kè

_____ 他 在 教 室 看 书。
tā zài jiào shì kàn shū

_____ 他 在 打 篮 球。
　　　　 tā zài dǎ lán qiú

_____ 你 看 见 李 大 龙 了 吗?
　　　　 nǐ kàn jiàn lǐ dà lóng le ma

3. Conversation practice.

Read the conversation. Think of other situations that you can advise someone.

A：糟 糕，我 的 手 摔 伤 了。
　　 zāo gāo wǒ de shǒu shuāi shāng le

B：你 最 好 去 检 查 一 下。
　　 nǐ zuì hǎo qù jiǎn chá yí xià

A：好 的，我 马 上 去。
　　 hǎo de wǒ mǎ shàng qù

　　（没 关 系，不 严 重。）
　　　 méi guān xi bù yán zhòng

4. Make a story according to the given pictures and words.

对 不 起，……
duì bu qǐ

你 的 头……
nǐ de tóu

你 最 好……
nǐ zuì hǎo

没 问 题，去……吧！
méi wèn tí qù ba

5. Class activity.

In groups talk about any illness you ever had and the medicine you took.

Listen and practice

1. Listen and then choose the correct answer to each question.

(1) What does the girl want to buy?

    ① 头 疼 药   ② 感 冒 药   ③ 咳 嗽 药   ④ 润 喉 片
      tóu téng yào   gǎn mào yào   ké sou yào   rùn hóu piàn

(2) What's wrong with the girl?

    ① 头 疼   ② 腿 疼   ③ 流 鼻 涕   ④ 咳 嗽
      tóu téng   tuǐ téng   liú bí tì   ké sou

(3) Do they have cough medicine?

    ① 有   ② 没 有
      yǒu   méi yǒu

2. Look at the picture while listening, and write down the sentences you hear in _Pinyin_.

158

3. Read the following riddle.

水　上　一　座　楼，
shuǐ shang yí zuò lóu

没　腿　四　处　走。
méi tuǐ sì chù zǒu

四　海　传　友　谊，
sì hǎi chuán yǒu yì

它　是　好　帮　手。
tā shì hǎo bāng shǒu

On the water floats a house; able to walk about without legs though; carrying friendship across oceans for you.

Learn to write

Write more Chinese characters that contain the following components. (Do it separately and then compare with a partner.)

部件	例字		
口	喝		
欠	嗽		
亥	咳		
饣	饱		

叔 叔 请 客
shū shu qǐng kè

Warming-up

Try to find out which dish you liked the most.

蔬 菜 虾 仁 48 元
shū cài xiā rén

大 蒜 爆 肥 羊 38 元
dà suàn bào féi yáng

炒 鸡 腰 58 元
chǎo jī yāo

螃 蟹 鸡 蛋 58 元
páng xiè jī dàn

烧 茄 子 28 元
shāo qié zi

炖 豆 腐 28 元
dùn dòu fu

Text 1

Annie is telling a story about her uncle treating her entire family to a new restraunt ...

上 星 期 我 叔 叔 请 我 们 全 家 吃 中 国 菜， 他
shàng xīng qī wǒ shū shu qǐng wǒ men quán jiā chī zhōng guó cài tā

约 我 们 在 长 城 饭 店 见 面①。 我 们 听 错 了， 我 们
yuē wǒ men zài cháng chéng fàn diàn jiàn miàn wǒ men tīng cuò le wǒ men

去 了 唐 城 饭 店。 我 们 在 唐 城 饭 店 等 叔 叔， 叔
qù le táng chéng fàn diàn wǒ men zài táng chéng fàn diàn děng shū shu shū

叔 在 长 城 饭 店 等 我 们。 后 来， 我 们 想， 叔 叔 说
shu zài cháng chéng fàn diàn děng wǒ men hòu lái wǒ men xiǎng shū shu shuō

的 可 能 是 长 城 饭 店。 我 们 到 了 长 城 饭 店， 可
de kě néng shì cháng chéng fàn diàn wǒ men dào le cháng chéng fàn diàn kě

是， 菜 已 经 凉 了。
shì cài yǐ jīng liáng le

---

① He told us to meet him at the Great Wall Hotel.

Text 2

Application for leave.

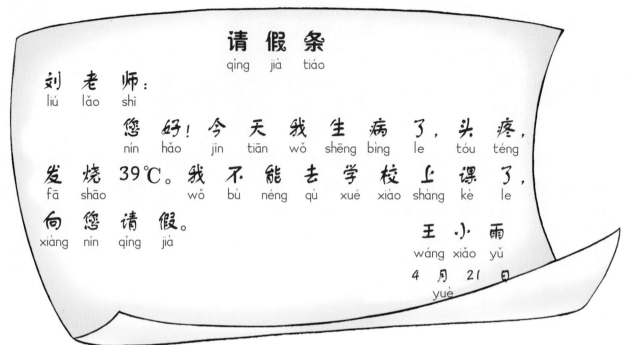

请 假 条
qǐng jià tiáo

刘 老 师：
liú lǎo shī

您 好！今 天 我 生 病 了，头 疼，
nín hǎo jīn tiān wǒ shēng bìng le tóu téng

发 烧 39℃。我 不 能 去 学 校 上 课 了，
fā shāo wǒ bù néng qù xué xiào shàng kè le

向 您 请 假。
xiàng nín qǐng jià

王 小 雨
wáng xiǎo yǔ

4 月 21 日
yuè

New words

1. 叔叔	shūshu	(n.)	(paternal)uncle
2. 中国菜	zhōngguócài	(n.)	Chinese food
3. 约	yuē	(v.)	to make an appointment
4. 见面	jiànmiàn	(v.)	to meet; to see
5. 错	cuò	(adj.)	wrong
6. 后来	hòulái	(n.)	later; afterwards
7. 菜	cài	(n.)	food; dish
8. 凉	liáng	(adj.)	cold; cool
9. 生病	shēngbìng	(v.)	to be ill
10. 发烧	fāshāo	(v.)	to have a fever
11. 上课	shàngkè	(v.)	to go to school; to come for class
12. 请假	qǐngjià	(v.)	to ask for leave

Exercises

1. Match the questions with correct answer.

叔 叔 请 安 妮 一 家 吃 什 么?
shū shu qǐng ān nī yì jiā chī shén me

叔 叔 约 他 们 在 哪 儿 见 面?
shū shu yuē tā men zài nǎr jiàn miàn

他 们 在 哪 儿 等 叔 叔?
tā men zài nǎr děng shū shu

最 后, 叔 叔 见 到 他 们 了 吗?
zuì hòu shū shu jiàn dào tā men le ma

在 长 城 饭 店。
zài cháng chéng fàn diàn

在 唐 城 饭 店。
zài táng chéng fàn diàn

见 到 了。
jiàn dào le

吃 中 国 菜。
chī zhōng guó cài

2. Ethnic food.

Read these food types. Number them from 1 (you like most) to 5 (you like the least). Compare with a partner.

中 国 菜
zhōng guó cài

法 国 菜
fǎ guó cài

意 大 利 菜
yì dà lì cài

日 本 菜
rì běn cài

韩 国 菜
hán guó cài

163

3. On your own.

Complete these sentences. Think of two more sentences for each type.

(1) 请

叔　叔　请　我　们　全　家　吃　中　国　菜。
shū shu qǐng wǒ men quán jiā chī zhōng guó cài

王　小　雨＿＿＿＿我　们　喝　咖　啡。
wáng xiǎo yǔ　　　wǒ men hē kā fēi

老　师＿＿＿＿我　们　全　班　同　学　喝　茶。
lǎo shi　　　wǒ men quán bān tóng xué hē chá

(2) 约

叔　叔　约　我　们　在　长　城　饭　店　见　面。
shū shu yuē wǒ men zài cháng chéng fàn diàn jiàn miàn

他＿＿＿＿我　们　在　电　影　院　见　面。
tā　　　wǒ men zài diàn yǐng yuàn jiàn miàn

他＿＿＿＿我　们　一　起　去　看　电　影。
tā　　　wǒ men yì qǐ qù kàn diàn yǐng

(3) 可　能

A：叔　叔　去　哪　个　饭　店　了?
shū shu qù nǎ ge fàn diàn le

B：他　可　能　去　了　长　城　饭　店。
tā kě néng qù le cháng chéng fàn diàn

A：李　大　龙　在　哪　儿?
lǐ dà lóng zài nǎr

B：他＿＿＿＿回　家　了。
tā　　　huí jiā le

A：王　小　雨　怎　么　没　来　上　课?
wáng xiǎo yǔ zěn me méi lái shàng kè

B：她＿＿＿＿病　了。
tā　　　bìng le

4. China snapshot.

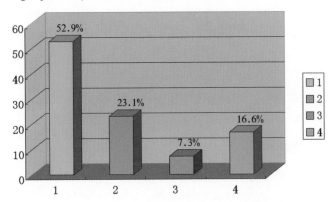

中 学 生 一 起 吃 饭 时 的 付 钱 方 式
zhōng xué shēng yì qǐ chī fàn shí de fù qián fāng shì

1. AA 制 (go dutch)
   zhì

2. 谁 有 钱 谁 付 钱 (whoever has money pays)
   shuí yǒu qián shuí fù qián

3. 轮 流 付 钱 (take turns to pay)
   lún liú fù qián

4. 混 合 形 式 及 其 他 (all of the previous methods)
   hùn hé xíng shì jí qí tā

Use the following questions to create a class discussion.

(1) 你 喜 欢 哪 种 付 钱 的 方 式?
    nǐ xǐ huan nǎ zhǒng fù qián de fāng shì

(2) 你 和 朋 友 一 起 吃 饭 时 怎 么 付 钱?
    nǐ hé péng you yì qǐ chī fàn shí zěn me fù qián

5. Class activity.

Ask your classmates what's their favorite food and favorite restaurant. Find the class favorite.

"你 最 喜 欢 吃 什 么 菜?" "你 最 喜 欢 哪 个 饭 馆?"
nǐ zuì xǐ huan chī shén me cài   nǐ zuì xǐ huan nǎ ge fàn guǎn

Reading

Read the following story and tell it to others.

Angel 不 想 去 上 学, 他 假 装 (jiǎzhuāng, to pretend) 大 人 (adult) 的 声 音 (shēngyin, voice) 给 老 师 打 电 话。他 说:"你 好, Angel 生 病 了, 他 今 天 不 能 去 学 校 上 课 了。"老 师 问:"请 问, 你 是 谁?"他 回 答 说:"我 是 我 爸 爸。"

Writing

Write a note of asking for leave by following Text 2.

Read and sing

Happy a good time

在 那 遥 远 的 地 方 有 位 好 姑 娘,
zài nà yáo yuǎn de dì fang yǒu wèi hǎo gū niang

人 们 走 过 她 的 帐 房 都 要 回 头 留 恋
rén men zǒu guò tā de zhàng fáng dōu yào huí tóu liú liàn

地 张 望。
de zhāng wàng

她 那 粉 红 的 笑 脸 好 像 红 太 阳,
tā nà fěn hóng de xiào liǎn hǎo xiàng hóng tài yáng

她 那 活 泼 动 人 的 眼 睛 好 像 晚 上 明
tā nà huó po dòng rén de yǎn jing hǎo xiàng wǎn shang míng

媚 的 月 亮。
mèi de yuè liang

我 愿 抛 弃 了 财 产 跟 她 去 放 羊,
wǒ yuàn pāo qì le cái chǎn gēn tā qù fàng yáng

每 天 看 着 那 粉 红 的 笑 脸 和 那 美 丽
měi tiān kàn zhe nà fěn hóng de xiào liǎn hé nà měi lì

金 边 的 衣 裳。
jīn biān de yī shang

我 愿 做 一 只 小 羊 跟 在 她 身 旁,
wǒ yuàn zuò yì zhǐ xiǎo yáng gēn zài tā shēn páng

我 愿 她 拿 着 细 细 的 皮 鞭 不 断 轻 轻
wǒ yuàn tā ná zhe xì xì de pí biān bú duàn qīng qīng

打 在 我 身 上。
dǎ zài wǒ shēn shang

A fine girl lives in a place afar. Everyone would long to see her, when passing her camp. Her smiling rosy face resembles the red sun; her lovely and charming eyes are like the bright and beautiful moon at night. I'm willing to give up all my property to herd with her, just to see that smiling rosy face and beautiful, gold-edged clothes. To be by her side may I be a lamb. Wishing she could tap on me with a thin whip.

Learn to write

Write more Chinese characters that contain the following components. (Do it separately and then compare with a partner.)

部件	例字		
勺	约		
疒	病		
火	烧		
昔	错		
京	凉		

UNIT SUMMARY

FUNCTIONAL USAGE

1. Expressing tastes and dislikes for food

我 不 爱 吃 面 包。
wǒ bú ài chī miàn bāo

2. Expressing invitations

我 请 你 喝 咖 啡。
wǒ qǐng nǐ hē kā fēi

3. Expressing results of eating and drinking

我 吃 饱 了。
wǒ chī bǎo le

我 喝 够 了。
wǒ hē gòu le

4. Inquiring about and expressing physical feelings

你 的 手 怎 么 了?
nǐ de shǒu zěn me le

刚 才 不 小 心 摔 伤 了。
gāng cái bù xiǎo xīn shuāi shāng le

5. Expressing advice and suggestions

你 最 好 去 检 查 一 下。
nǐ zuì hǎo qù jiǎn chá yí xià

GRAMMAR FOCUS

Sentence pattern   **Example**

1. 了
   le

   我 喝 了 一 杯 牛 奶。
   wǒ hē le yì bēi niú nǎi

2. 又 …… 又 ……
   yòu   yòu

   我 又 饿 又 渴。
   wǒ yòu è yòu kě

3. 结 果 补 语
   jié guǒ bǔ yǔ

   我 已 经 吃 饱 了。
   wǒ yǐ jīng chī bǎo le

   我 学 会 做 饭 了。
   wǒ xué huì zuò fàn le

4. 最 好
   zuì hǎo

   你 最 好 去 检 查 一 下。
   nǐ zuì hǎo qù jiǎn chá yí xià

Unit Five

Colorful Clothing

Warming-up

Bring and show the class your favorite clothes and make a fashion show with your classmates.

你 喜 欢 什 么 服 装?
nǐ xǐ huan shén me fú zhuāng

西 装
xī zhuāng
(Western-style clothes)

中 山 装
zhōng shānzhuāng
(Chinese tunic suit)

夏 威 夷 草 裙
xià wēi yí cǎo qún
(Hawaii hula skirt)

旗 袍
qí páo
(cheongsam)

和 服
hé fú
(kimono)

印 度 纱 丽
yìn dù shā lì
(Indian sari)

爱 斯 基 摩 人 的 服 装
ài sī jī mó rén de fú zhuāng
(clothes worn by Eskimos)

你 喜 欢 什 么 颜 色 的 服 装?
nǐ xǐ huan shén me yán sè de fú zhuāng

红 裙 子
hóng qún zi
(red skirt)

黄 袜 子
huáng wà zi
(yellow stocks)

蓝 裤 子
lán kù zi
(blue pants)

花 领 带
huā lǐng dài
(colorful tie)

黑 皮 鞋
hēi pí xié
(black leather shoes)

白 衬 衣
bái chèn yī
(white shirt)

21 我 穿 什 么 好
wǒ chuān shén me hǎo

Warming-up

Ask your friends what should you wear and how to match different clothes and colors.

裙子
qún zi

西装
xī zhuāng

衬衫
chèn shān

运动服
yùn dòng fú

T 恤衫
xù shān

我 穿 什 么 好?
wǒ chuān shén me hǎo

牛仔裤
niú zǎi kù

西裤
xī kù

手套
shǒu tào

帽子
mào zi

布鞋
bù xié

围巾
wéi jīn

靴子
xuē zi

皮鞋
pí xié

运动鞋
yùn dòng xié

袜子
wà zi

172

Text 1

Mr. Liu comes to class in a Chinese costume...

安　妮： 刘 老 师， 你 穿 这 件 衣 服 真 漂 亮！[1]
ān　　nī　　liú lǎo shī　nǐ chuān zhè jiàn yī fu zhēn piào liang

刘 老 师： 哪 里， 哪 里。[2]
liú lǎo shī　nǎ li　nǎ li

安　妮： 这 件 衣 服 的 颜 色 很 好。 这 是 中 国 的
ān　　nī　　zhè jiàn yī fu de yán sè hěn hǎo　zhè shì zhōng guó de

服 装 吗？
fú zhuāng ma

刘 老 师： 对， 这 叫 "唐 装"。 今 天 你 穿 这 条 裙
liú lǎo shī　duì　zhè jiào　táng zhuāng　jīn tiān nǐ chuān zhè tiáo qún

子 也 很 好 看。
zi yě hěn hǎo kàn

安　妮： 是 吗？ 谢 谢。
ān　　nī　　shì ma　xiè xie

---

① You look really pretty in this piece of clothes.
② Not at all; it's nothing special. (In response to a compliment.)

Text 2

妈妈：杰克，你在找什么呢？
mā ma　jié kè　nǐ zài zhǎo shén me ne

杰克：我在找衣服。我要去参加晚会。我穿什
jié kè　wǒ zài zhǎo yī fu　wǒ yào qù cān jiā wǎn huì　wǒ chuān shén

么好？
me hǎo

妈妈：这套灰色的西装怎么样？
mā ma　zhè tào huī sè de xī zhuāng zěn me yàng

杰克：我系黄色的领带还是蓝色的领带？
jié kè　wǒ jì huáng sè de lǐng dài hái shi lán sè de lǐng dài

妈妈：白衬衫配红色的领带更好。①
mā ma　bái chèn shān pèi hóng sè de lǐng dài gèng hǎo

① A red tie is a better match for a white shirt.

174

New words

1. 真	zhēn	(adv.)	really
2. 哪里	nǎlǐ	(pron.)	not at all; it's nothing special (*in response to a compliment*)
3. 服装	fúzhuāng	(n.)	clothes; clothing
4. 唐装	tángzhuāng	(n.)	Chinese costume
5. 套	tào	(m.)	*a measure word for series or sets of things*
6. 灰色	huīsè	(n.)	gray
7. 西装	xīzhuāng	(n.)	Western-style clothes; suit
8. 系	jì	(v.)	to tie
9. 领带	lǐngdài	(n.)	necktie
10. 白	bái	(adj.)	white
11. 衬衫	chènshān	(n.)	shirt

Exercises

1. Divide the words in the text introduction (warming-up) into two lists: formal and informal clothing.

Formal clothing	Informal clothing
(1)	(1)
(2)	(2)
(3)	(3)
(4)	(4)
(5)	(5)

175

2. On your own.

Complete the following sentences.

(1) 真

你 穿 这 件 衣 服 真 漂 亮!
nǐ chuān zhè jiàn yī fu zhēn piào liang

这 个 教 室＿＿＿大。
zhè ge jiào shì　　dà

学 滑 板＿＿＿难。
xué huá bǎn　　nán

你 做 的 鸡 蛋 炒 饭＿＿＿好 吃。
nǐ zuò de jī dàn chǎo fàn　　hǎo chī

(2) 更

白 衬 衫 很 好 看, 红 衬 衫 更 好 看。
bái chèn shān hěn hǎo kàn hóng chèn shān gèng hǎo kàn

安 妮 的 衣 服 很 好 看, 王 小 雨 的 衣 服＿＿＿好 看。
ān nī de yī fu hěn hǎo kàn wáng xiǎo yǔ de yī fu　　hǎo kàn

这 套 西 装 很 好, 那 套 西 装＿＿＿好。
zhè tào xī zhuāng hěn hǎo nà tào xī zhuāng　　hǎo

这 个 教 室 很 大, 那 个 教 室＿＿＿大。
zhè ge jiào shì hěn dà nà ge jiào shì　　dà

3. Conversation pratice.

Substitute the alternate words to make a new dialogue.

A：你 的 衣 服 真 漂 亮!
nǐ de yī fu zhēn piào liang

B：哪 里, 哪 里! 你 的 衣 服 也 很 漂 亮。
nǎ li nǎ li nǐ de yī fu yě hěn piào liang

A：谢 谢!
xiè xie

1.西 装	漂 亮
xī zhuāng	piào liang
2.领 带	漂 亮
lǐng dài	piào liang
3.汉 语	好
hàn yǔ	hǎo

4. Interview your partner.

(1) 你 有 唐 装 吗？
nǐ yǒu táng zhuāng ma

(2) 你 觉 得 唐 装 好 看 吗？
nǐ jué de táng zhuāng hǎo kàn ma

(3) 你 有 西 装 吗？
nǐ yǒu xī zhuāng ma

(4) 你 喜 欢 穿 西 装 吗？
nǐ xǐ huan chuān xī zhuāng ma

5. Class activity.

Choose a person in your class. Don't tell your partner or classmates who he / she is. Write 3 sentences to describe his / her clothing. Pass your description around the class. Ask your partner or classmates to identify who he / she is.

Listen and practice

1. Listen and then choose the correct answer to each question.

(1) What does the second girl say?

① 哪 里, 哪 里   ② 谢 谢   ③ 不 客 气   ④ 不 知 道
　 nǎ lǐ nǎ lǐ 　　　xiè xie 　　　 bú kè qi 　　　 bù zhī dào

(2) What does the first girl wear?

① 裙 子   ② 牛 仔 裤   ③ 白 衬 衫   ④ 唐 装
　 qún zi 　　　niú zǎi kù 　　　bái chèn shān 　　táng zhuāng

(3) Which of the following is best for a white shirt?

① 红 领 带   ② 西 装   ③ 牛 仔 裤   ④ 裙 子
　 hóng lǐng dài 　　xī zhuāng 　　niú zǎi kù 　　 qún zi

2. Look at the picture while listening, and write down the sentences you hear in *Pinyin*.

1. Jerry, do you know what the diameter of the moon is?

2. It's 1 738 kilometers.

4. But look, today's moon is only a half.

3. No, that's not right. We learned it two weeks ago. It is 3 476 kilometers.

3. Read the following ancient poem.

少 小 离 家 老 大 回，
shào xiǎo lí jiā lǎo dà huí

乡 音 未 改 鬓 毛 衰。
xiāng yīn wèi gǎi bìn máo shuāi

儿 童 相 见 不 相 识，
ér tóng xiāng jiàn bù xiāng shí

笑 问 客 从 何 处 来。
xiào wèn kè cóng hé chù lái

Parting from home a stripling still, and coming back old already. I keep my local accent unchanged, with temple locks grizzled and scanty. Village boys knowing me not at sight as a wayfaring trekker, laughingly ask where from do I hail, the elderly stranger.

Learn to write

Write more Chinese characters that contain the following components. (Do it separately and then compare with a partner.)

部件	例字	
衤	衬	
页	领	
广	灰	
令	领	

22 这 种 鞋 跟 那 种 鞋 一 样
zhè zhǒng xié gēn nà zhǒng xié yí yàng

Warming-up

Pair work: Give your friend suggestions on what to wear for different occasions and situations. Choose more phrases about activities and clothes (shoes).

你 要 干 什 么? 你 打 算 穿 什 么?
nǐ yào gàn shén me nǐ dǎ suàn chuān shén me

参 加 舞 会 (going to a ball)
cān jiā wǔ huì

(西 装、领 带、衬 衫、皮
xī zhuāng lǐng dài chèn shān pí

鞋、裙 子)
xié qún zi

郊 游 (outing)
jiāo yóu

(T 恤 衫、牛 仔
xù shān niú zǎi

裤、运 动 鞋)
kù yùn dòng xié

参 加 比 赛
cān jiā bǐ sài

(taking part in a match)

(运 动 衣、运 动
yùn dòng yī yùn dòng

裤、运 动 鞋)
kù yùn dòng xié

今 天 休 息
jīn tiān xiū xi

(today I'm free)

(衬 衣、布 鞋)
chèn yī bù xié

Text 1

Jack and Ma Ming are buying shoes in a store...

杰　　克：马　明，我　想　买　一　双　鞋，这　儿　有　两　种，我
jié　　kè　　mǎ　míng　wǒ　xiǎng　mǎi　yì　shuāng　xié　zhèr　　yǒu　liǎng　zhǒng　wǒ

　　　　　买　哪　种　好？
　　　　　mǎi　nǎ　zhǒng　hǎo

马　　明：你　打　算　什　么　时　候　穿？
mǎ　　míng　nǐ　dǎ　suàn　shén　me　shí　hou　chuān

杰　　克：我　想　郊　游　的　时　候　穿。
jié　　kè　　wǒ　xiǎng　jiāo　yóu　de　shí　hou　chuān

马　　明：这　种　鞋　跟　那　种　鞋　一　样，都　是　运　动　鞋。
mǎ　　míng　zhè　zhǒng　xié　gēn　nà　zhǒng　xié　yí　yàng　dōu　shì　yùn　dòng　xié

售货员：这　里　还　有　一　种　运　动　鞋，您　买　这　种　吧！
shòu huò yuán　zhè　lǐ　hái　yǒu　yì　zhǒng　yùn　dòng　xié　nín　mǎi　zhè　zhǒng　ba

杰　　克：我　不　要　这　种！
jié　　kè　　wǒ　bú　yào　zhè　zhǒng

马　　明：为　什　么？
mǎ　　míng　wèi　shén　me

杰　　克：我　不　希　望　我　的　鞋　跟　你　的　一　样！
jié　　kè　　wǒ　bù　xī　wàng　wǒ　de　xié　gēn　nǐ　de　yí　yàng

Text 2

The Lis are leaving their home when Li Dalong comes back...

爸 爸： 大 龙， 你 去 哪 儿 了？
bà ba dà lóng nǐ qù nǎr le

大 龙： 我 去 踢 球 了。 你 们 要 去 哪 儿？
dà lóng wǒ qù tī qiú le nǐ men yào qù nǎr

爸 爸： 你 舅 舅 今 天 结 婚， 我 们 去 参 加 他 的 婚 礼。
bà ba nǐ jiù jiu jīn tiān jié hūn wǒ men qù cān jiā tā de hūn lǐ

大 龙： 我 跟 你 们 一 起 去。
dà lóng wǒ gēn nǐ men yì qǐ qù

爸 爸： 你 穿 运 动 鞋 去 参 加 婚 礼 吗？
bà ba nǐ chuān yùn dòng xié qù cān jiā hūn lǐ ma

大 龙： 没 关 系， 运 动 鞋 跟 皮 鞋 一 样。
dà lóng méi guān xi yùn dòng xié gēn pí xié yí yàng

爸 爸： 穿 运 动 鞋 参 加 婚 礼 不 太 合 适。
bà ba chuān yùn dòng xié cān jiā hūn lǐ bú tài hé shì

大 龙： 好 吧， 我 去 换 一 双 皮 鞋。
dà lóng hǎo ba wǒ qù huàn yì shuāng pí xié

182

New words

1. 鞋	xié	(n.)	shoe
2. 郊游	jiāoyóu	(v.)	outing
3. 跟……一样	gēn … yíyàng		the same as ...
4. 运动鞋	yùndòngxié	(n.)	sports shoes
5. 踢球	tī qiú		to play football
6. 舅舅	jiùjiu	(n.)	(maternal) uncle
7. 结婚	jiéhūn	(v.)	to get married
8. 婚礼	hūnlǐ	(n.)	wedding
9. 皮鞋	píxié	(n.)	leather shoes
10. 合适	héshì	(adj.)	suitable; appropriate
11. 换	huàn	(v.)	to change

Exercises

1. Answer the questions.

(1) 谁 想 买 鞋?
   shuí xiǎng mǎi xié

(2) 他 想 买 什 么 时 候 穿 的 鞋?
   tā xiǎng mǎi shén me shí hou chuān de xié

(3) 他 买 到 鞋 了 吗?
   tā mǎi dào xié le ma

(4) 刚 才 李 大 龙 去 干 什 么 了?
   gāng cái lǐ dà lóng qù gàn shén me le

(5) 现 在 爸 爸 准 备 去 干 什 么?
   xiàn zài bà ba zhǔn bèi qù gàn shén me

(6) 李 大 龙 换 鞋 了 吗?
   lǐ dà lóng huàn xié le ma

183

2. Clothing.

Check the items that are suitable for each activity.

(1) 锻 炼 身 体 穿 什 么 合 适? （　　　）
duàn liàn shēn tǐ chuān shén me hé shì

①西 装　　　②裙 子　　　③皮 鞋　　　④运 动 衣　　　⑤运 动 鞋
xī zhuāng　　　qún zi　　　pí xié　　　yùn dòng yī　　　yùn dòng xié

(2) 参 加 生 日 晚 会 穿 什 么 合 适? （　　　）
cān jiā shēng rì wǎn huì chuān shén me hé shì

①西 装　　　②裙 子　　　③皮 鞋　　　④运 动 衣　　　⑤运 动 鞋
xī zhuāng　　　qún zi　　　pí xié　　　yùn dòng yī　　　yùn dòng xié

3. On your own.

Complete the sentences by following the example. Write two more sentences.

(1) 跟……一样

我 的 鞋 跟 他 的 一 样。
wǒ de xié gēn tā de yí yàng

我 的 裙 子 ＿＿＿＿ 她 的 ＿＿＿＿＿＿。
wǒ de qún zi tā de

马 明 的 衬 衣 ＿＿＿＿ 杰 克 的 ＿＿＿＿＿＿。
mǎ míng de chèn yī jié kè de

(2) 跟……不一样

我 的 衣 服 跟 她 的 不 一 样。
wǒ de yī fu gēn tā de bù yí yàng

王 小 雨 的 牛 仔 裤 ＿＿＿＿＿＿ 我 的 ＿＿＿＿＿＿。
wáng xiǎo yǔ de niú zǎi kù wǒ de

我 们 的 汉 语 书 ＿＿＿＿＿＿ 他 们 的 ＿＿＿＿＿＿。
wǒ men de hàn yǔ shū tā men de

我 们 的 学 校 ＿＿＿＿＿＿ 他 们 的 ＿＿＿＿＿＿。
wǒ men de xué xiào tā men de

4. Interview your partner.

(1) 你 有 几 双 运 动 鞋?　　　(2) 你 有 几 双 皮 鞋?
nǐ yǒu jǐ shuāng yùn dòng xié　　　nǐ yǒu jǐ shuāng pí xié

(3) 你 经 常 穿 什 么 上 课?
nǐ jīng cháng chuān shén me shàng kè

(4) 你 喜 欢 参 加 婚 礼 吗?
nǐ xǐ huan cān jiā hūn lǐ ma

(5) 你 穿 什 么 参 加 婚 礼?
nǐ chuān shén me cān jiā hūn lǐ

(6) 你 希 望 你 的 衣 服 跟 朋
nǐ xī wàng nǐ de yī fu gēn péng

友 们 的 一 样 吗?
you men de yí yàng ma

5. Class activity.

In groups write down on a piece of paper the colors of clothes that you like and discuss how to match clothes of different colors and which clothes are suitable for which occasions. Finally each group should present three suitable matches to the class to see which group has made the best choices.

Listen and practice

1. Listen and then choose the correct answer to each question.

(1) What type of shoes does the boy want to buy?

① 皮 鞋   ② 运 动 鞋
pí xié   yùn dòng xié

(2) What does he want the shoes for?

① 郊 游   ② 野 餐   ③ 听 音 乐   ④ 参 加 晚 会
jiāo yóu   yě cān   tīng yīn yuè   cān jiā wǎn huì

(3) What color of shoes is he going to buy?

① 灰 色   ② 红 色   ③ 黑 色   ④ 蓝 色
huī sè   hóng sè   hēi sè   lán sè

2. Look at the picture while listening, and write down the sentences you hear in *Pinyin*.

3. Read the following tongue twister.

他　说　船　比　床　长，
tā　shuō　chuán　bǐ　chuáng cháng

你　说　床　比　船　长。
nǐ　shuō　chuáng　bǐ　chuán cháng

我　说　船　不　长，
wǒ　shuō　chuán　bù　cháng

床　也　不　长，
chuáng yě　bù　cháng

船　跟　床　一　样　长。
chuán gēn chuáng yí　yàng cháng

He says that boats are broader than beds; you say that beds are broader than boats. I say that neither boats nor beds are broad, boats are as broad as beds.

Learn to write

Write more Chinese characters that contain the following components. (Do it separately and then compare with a partner.)

部件	例字	
纟	结	
𧾷	踢	
阝	郊	
扌	打	
氵	游	

23　请 给 我 们 拿 两 件 大 号 的 T 恤 衫

qǐng　gěi　wǒ　men　ná　liǎng　jiàn　dà　hào　de　　xù　shān

Warming-up

Ask one of your classmates to pretend to be a salesperson and tell them what you want to buy.

Add more items to this page and try to find proper measure words for each of them.

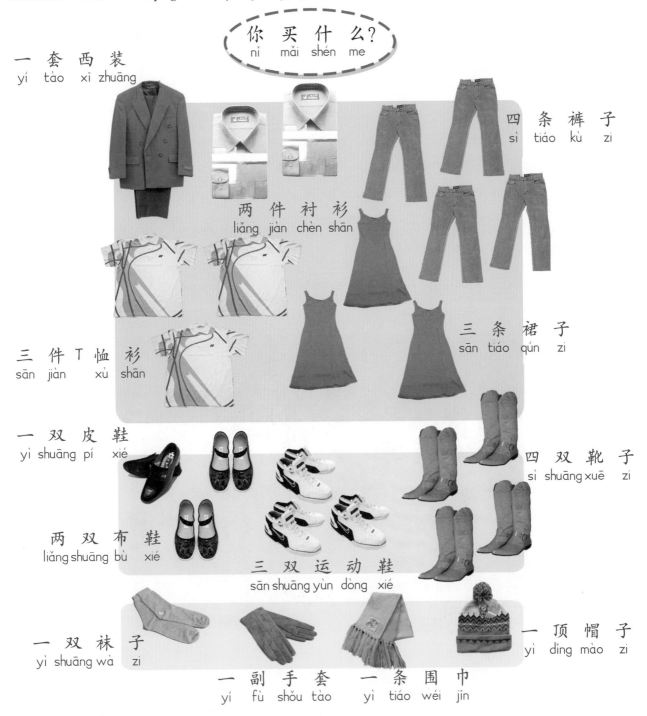

你 买 什 么?
nǐ　mǎi　shén　me

一 套 西 装
yí　tào　xī　zhuāng

四 条 裤 子
sì　tiáo　kù　zi

两 件 衬 衫
liǎng　jiàn　chèn　shān

三 条 裙 子
sān　tiáo　qún　zi

三 件 T 恤 衫
sān　jiàn　xù　shān

一 双 皮 鞋
yì　shuāng　pí　xié

四 双 靴 子
sì　shuāng　xuē　zi

两 双 布 鞋
liǎng　shuāng　bù　xié

三 双 运 动 鞋
sān　shuāng　yùn　dòng　xié

一 双 袜 子
yì　shuāng　wà　zi

一 顶 帽 子
yì　dǐng　mào　zi

一 副 手 套
yí　fù　shǒu　tào

一 条 围 巾
yì　tiáo　wéi　jīn

Text 1

Li Dalong and Li Xiaolong, the identical twins are shopping in a sportswear store...

售货员：你们好，你们买什么？
shòu huò yuán nǐ men hǎo nǐ men mǎi shén me

李大龙：请给我们拿两件大号的 T 恤衫①。
lǐ dà lóng qǐng gěi wǒ men ná liǎng jiàn dà hào de xù shān

售货员：你们看看，这两件怎么样？
shòu huò yuán nǐ men kàn kan zhè liǎng jiàn zěn me yàng

李小龙：这两件不一样大，这件比那件小。
lǐ xiǎo lóng zhè liǎng jiàn bù yí yàng dà zhè jiàn bǐ nà jiàn xiǎo

售货员：哦，对不起，我刚才拿错了。
shòu huò yuán ò duì bu qǐ wǒ gāng cái ná cuò le

李小龙：我们还要两顶棒球帽。
lǐ xiǎo lóng wǒ men hái yào liǎng dǐng bàng qiú mào

售货员：你们试一下这两顶。那边有镜子。
shòu huò yuán nǐ men shì yí xià zhè liǎng dǐng nà biān yǒu jìng zi

李小龙：我们不用镜子，我哥哥就是我的镜子②。
lǐ xiǎo lóng wǒ men bú yòng jìng zi wǒ gē ge jiù shì wǒ de jìng zi

① Would you please show us two large-sized T-shirts?
② My elder brother is the mirror image of me.

Text 2

Wang Xiaoyu and her mother are buying pants in a store...

小雨: 妈 妈，这 条 裤
xiǎo yǔ mā ma zhè tiáo kù

子 怎 么 样?
zi zěn me yàng

妈 妈: 太 长 了，也 太
mā ma tài cháng le yě tài

肥 了。
féi le

小雨: 这 种 裤 子 今 年
xiǎo yǔ zhè zhǒng kù zi jīn nián

最 时 髦。
zuì shí máo

妈 妈: 你 看，那 条 比 这 条 短，也 比 这 条 瘦，你 觉
mā ma nǐ kàn nà tiáo bǐ zhè tiáo duǎn yě bǐ zhè tiáo shòu nǐ jué

得 怎 么 样?
de zěn me yàng

小雨: 那 条 裤 子 太 瘦 了，我 减 肥 以 后 再 买 吧①。
xiǎo yǔ nà tiáo kù zi tài shòu le wǒ jiǎn féi yǐ hòu zài mǎi ba

New words

1. 请	qǐng	(v.)	please	
2. 大号	dàhào	(adj.)	large-sized	
3. T恤衫	Txùshān	(n.)	T-shirt	
4. 比	bǐ	(prep.)	than; (superior or inferior)to	
5. 顶	dǐng	(m.)	*a measure word used of sth. that has a top*	
6. 棒球帽	bàngqiúmào	(n.)	baseball cap	

---

① I'll buy it after I lose weight.

7. 就	jiù	(adv.)	just
8. 镜子	jìngzi	(n.)	mirror
9. 裤子	kùzi	(n.)	pants
10. 肥	féi	(adj.)	loose-fitting; loose
11. 时髦	shímáo	(adj.)	fashionable; stylish
12. 短	duǎn	(adj.)	short
13. 瘦	shòu	(adj.)	tight; fitting too closely
14. 减肥	jiǎnféi	(v.)	to lose weight

Exercises

1. Answer the questions.

(1) 谁 想 买 T 恤 衫？
shuí xiǎng mǎi xù shān

(2) 售 货 员 拿 对 了 吗？
shòu huò yuán ná duì le ma

(3) 李 小 龙 为 什 么 不 用 镜 子？
lǐ xiǎo lóng wèi shén me bú yòng jìng zi

(4) 小 雨 喜 欢 哪 种 裤 子？
xiǎo yǔ xǐ huan nǎ zhǒng kù zi

(5) 妈 妈 喜 欢 那 条 裤 子 吗？
mā ma xǐ huan nà tiáo kù zi ma

(6) 小 雨 买 到 裤 子 了 吗？
xiǎo yǔ mǎi dào kù zi le ma

2. Read aloud: Size.

大 号　　　　　　中 号　　　　　　小 号
dà hào　　　　　zhōng hào　　　　xiǎo hào

190

3. On your own.

(1) 比

黄 色 的 比 红 色 的 大。
huáng sè de bǐ hóng sè de dà

＿＿＿＿＿＿（大 / 小）
　　　　　　　 dà　 xiǎo

＿＿＿＿＿＿（长 / 短）
　　　　　 cháng duǎn

＿＿＿＿＿＿（大 / 小）
　　　　　　 dà　 xiǎo

(2) 太……了

David 的 T 恤 衫 太 大 了。
　　 de　 xù shān tài dà le

＿＿＿＿＿＿＿　　＿＿＿＿＿＿＿

191

4. Interview your partner.

(1) 你 喜 欢 穿 T 恤 衫 吗?
nǐ xǐ huan chuān   xù shān ma

(2) 你 有 棒 球 帽 吗?
nǐ yǒu bàng qiú mào ma

(3) 你 们 班 哪 个 同 学 最 时 髦?
nǐ men bān nǎ ge tóng xué zuì shí máo

(4) 你 喜 欢 穿 时 髦 的 衣 服 吗?
nǐ xǐ huan chuān shí máo de yī fu ma

(5) 今 年 什 么 颜 色 最 时 髦?
jīn nián shén me yán sè zuì shí máo

5. Class activity.

Have you ever seen Chinese paper craft? Do you know how to make a jacket and a pair of pants with paper? Here's your chance to learn.

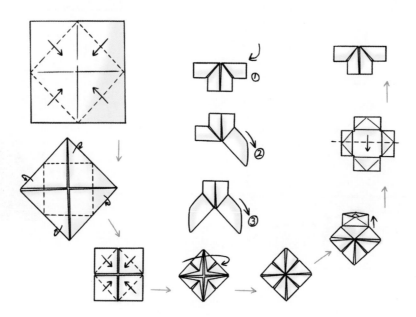

Listen and practice

1. Listen and then choose the correct answer to each question.

(1) What does the first boy want to buy?

①运 动 鞋   ②棒 球 帽   ③T 恤 衫   ④衬 衫
yùn dòng xié   bàng qiú mào   xù shān   chèn shān

(2) How many caps do they want to buy?

①一 顶   ②两 顶   ③四 顶   ④七 顶
yì dǐng   liǎng dǐng   sì dǐng   qī dǐng

(3) What size are their shoes?

①4 号   ②7 号   ③10 号   ④11 号
hào   hào   hào   hào

2. Look at the picture while listening, and write down the sentences you hear in *Pinyin*.

1. Mum, I want to work in the South Pole when I grow up.

2. That's a great idea.

4. How?

3. I want to train my body from now on.

5. If you buy me ice-cream every day, I won't be worry about the cold weather in the South Pole.

3. Read the following tongue twister.

大　猫　毛　短，小　猫　毛　长，
dà　māo　máo　duǎn　xiǎo　māo　máo　cháng

大　猫　毛　比　小　猫　毛　短，
dà　māo　máo　bǐ　xiǎo　māo　máo　duǎn

小　猫　毛　比　大　猫　毛　长。
xiǎo　māo　máo　bǐ　dà　māo　máo　cháng

> The cat's hair is short; the kitten's hair is long. The cat's hair is shorter than the kitten's; the kitten's hair is longer than the cat's.

Learn to write

Write more Chinese characters that contain the following components. (Do it separately and then compare with a partner.)

部件	例字	
巴	肥	
巾	帽	
寸	时	
忄	恤	
钅	镜	

他衣服上画的是龙
tā yī fu shàng huà de shì lóng

Warming-up

Try to find out your family members birth year and their Chinese zodiac sign. Tell what you find out to your class.

算一算，你属什么？
suàn yi suàn   nǐ shǔ shén me

Text 1

Jack and Li Dalong are talking about the year in which they were born.

杰 克: 大 龙, 你 的 衣 服 上 画 的 是 不 是 龙?
jié kè   dà lóng   nǐ de yī fu shang huà de shi bu shì lóng

大 龙: 对。 这 是 我 的 属 相。
dà lóng   duì   zhè shì wǒ de shǔ xiang

杰 克: 什 么 是 属 相?
jié kè   shén me shì shǔ xiang

大 龙: 中 国 有 十 二 属 相, 用 十 二 种 动 物 表
dà lóng   zhōng guó yǒu shí èr shǔ xiang   yòng shí èr zhǒng dòng wù biǎo
　　　　 示 出 生 的 年 份。
　　　　 shì chū shēng de nián fèn

杰 克: 我 明 白 了, 因 为 你 是 龙 年 出 生 的, 所
jié kè   wǒ míng bai le   yīn wèi nǐ shì lóng nián chū shēng de   suǒ
　　　　 以 你 叫 大 龙。
　　　　 yǐ nǐ jiào dà lóng

大 龙: 对, 你 跟 我 一 样 大, 你 也 属 龙。
dà lóng   duì   nǐ gēn wǒ yí yàng dà   nǐ yě shǔ lóng

195

Text 2

Wang Xiaoyu and Annie are talking about their plans for the fashion day...

小 雨： 安 妮，服 装 节 你 穿 什 么？
xiǎo yǔ　ān　nī　fú zhuāng jié　nǐ　chuān shén me

安 妮： 我 不 知 道。因 为 我 长 高 了，所 以 去 年 穿
ān　nī　wǒ　bù zhī dào　yīn wèi wǒ zhǎng gāo le　suǒ yǐ　qù nián chuān

　　　　的 旗 袍 短 了。
　　　　de　qí　páo duǎn le

小 雨： 你 穿 我 妈 妈 的 吧。你 跟 我 妈 妈 一 样 高。
xiǎo yǔ　nǐ chuān wǒ mā ma de ba　nǐ gēn wǒ mā ma yí yàng gāo

安 妮： 你 呢，你 打 算 穿 什 么？
ān　nī　nǐ　ne　nǐ　dǎ suàn chuān shén me

小 雨： 现 在 不 告 诉 你。
xiǎo yǔ　xiàn zài bú gào su nǐ

196

New words

1. 画	huà	(v.)	to paint; to draw
2. 龙	lóng	(n.)	dragon
3. 属相	shǔxiang	(n.)	any of the 12 symbolic animals of the Chinese zodiac
4. 动物	dòngwù	(n.)	animal
5. 出生	chūshēng	(v.)	to be born
6. 年份	niánfèn	(n.)	particular year
7. 龙年	lóngnián	(n.)	the year of the dragon
8. 属	shǔ	(v.)	to be born in the year of
9. 服装节	fúzhuāngjié	(n.)	fashion day
10. 长	zhǎng	(v.)	to grow
11. 旗袍	qípáo	(n.)	cheongsam

Exercises

1. Answer the questions.

(1) 李 大 龙 的 衣 服 上 为 什 么 有 龙?
　　lǐ　dà　lóng　de　yī　fu　shang wèi shén me　yǒu lóng

(2) 杰 克 属 什 么?
　　jié　kè　shǔ shén me

(3) 安 妮 为 什 么 没 有 合 适 的 衣 服?
　　ān　nī　wèi shén me　méi yǒu　hé　shì　de　yī　fu

(4) 安 妮 跟 谁 一 样 高?
　　ān　nī　gēn shuí　yí　yàng gāo

2. Chinese zodiac signs.

Look up the following words:" 鼠、牛、虎、兔、龙、蛇、马、羊、猴、鸡、狗、猪 " in the dictionary to find out their pronunciation and meanings. Then read the follow-up "Zodiac sign ryhme".

Zodiac sign ryhme

一 只 鼠、一 头 牛，一 只 老 虎、一 只 兔，
yì zhī shǔ yì tóu niú yì zhī lǎo hǔ yì zhī tù

一 条 龙、一 条 蛇，一 匹 马 儿、一 只 羊，
yì tiáo lóng yì tiáo shé yì pǐ mǎ er yì zhī yáng

一 只 猴、一 只 鸡，一 条 狗、一 头 猪。
yì zhī hóu yì zhī jī yì tiáo gǒu yì tóu zhū

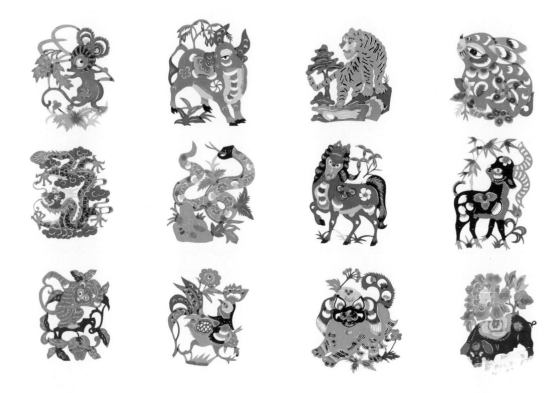

3. Can you guess which year each of them was born?

王 家 明 属 虎。
wáng jiā míng shǔ hǔ

_____

_____

_____   _____   _____

4. Changes.

安 妮 长 高 了。
ān ni zhǎng gāo le

李 小 龙_____。
lǐ xiǎo lóng

安 妮 的 爸 爸_____。
ān ni de bà ba

5. Interview your partners.

(1) 最 近 你 长 高 了 吗?
zuì jìn nǐ zhǎng gāo le ma

(2) 最 近 你 长 胖 了 吗?
zuì jìn nǐ zhǎng pàng le ma

(3) 你 想 减 肥 吗?
nǐ xiǎng jiǎn féi ma

(4) 你 属 什 么?
nǐ shǔ shén me

(5) 你 的 爸 爸、妈 妈 属 什 么?
nǐ de bà ba mā ma shǔ shén me

(6) 你 的 哥 哥、姐 姐、弟 弟、妹 妹 属 什 么?
nǐ de gē ge jiě jie dì di mèi mei shǔ shén me

Reference: 出 生 年 份 与 属 相
chū shēng nián fèn yǔ shǔ xiang

出生年份 属 相	1972年 鼠	1973年 牛	1974年 虎	1975年 兔	1976年 龙	1977年 蛇
出生年份 属 相	1978年 马	1979年 羊	1980年 猴	1981年 鸡	1982年 狗	1983年 猪
出生年份 属 相	1984年 鼠	1985年 牛	1986年 虎	1987年 兔	1988年 龙	1989年 蛇
出生年份 属 相	1990年 马	1991年 羊	1992年 猴	1993年 鸡	1994年 狗	1995年 猪

6. Class activity.

(1) What character types are associated with animals in your culture? Ask your teacher about the character types that Chinese people associate with animals. Are they different to yours? Discuss these differences.

(2) According to your own Chinese zodiac sign, do you agree with the character description?

(3) Find out about more legends and fairy tales about Chinese zodiac signs.

Listen and practice

1. Listen and then choose the correct answer to each question.

(1) In which of the following years was the girl born?

① 马   ② 虎   ③ 龙   ④ 狗
    mǎ   hǔ   lóng   gǒu

(2) In which of the following years was Ma Ming born?

① 龙   ② 马   ③ 鸡   ④ 虎
  lóng   mǎ   ji   hǔ

(3) Who is of the same age?

① 马 明 跟 女 学 生 一 样 大   ② 男 学 生 跟 女 学 生 一 样 大
mǎ míng gēn nǚ xué shēng yí yàng dà   nán xué shēng gēn nǚ xué shēng yí yàng dà

③ 男 学 生 跟 马 明 一 样 大   ④ 男 学 生 跟 杰 克 一 样 大
nán xué shēng gēn mǎ míng yí yàng dà   nán xué shēng gēn jié kè yí yàng dà

2. Look at the picture while listening, and write down the sentences you hear in *Pinyin*.

1. Mum, my Chinese is better than Mr. Zhang's.

2. Nonsense. I don't believe it.

3. But it's true. I can understand the Chinese characters he writes, but he doesn't understand mine.

3. Read the following riddle.

两　棵　树，十　个　杈，
liǎng kē shù shí ge chà

不　长　枝　叶　不　开　花。
bù zhǎng zhī yè bù kāi huā

做　工　种　地　本　领　大，
zuò gōng zhòng dì běn lǐng dà

写　字　吃　饭　都　用　它。
xiě zì chī fàn dōu yòng tā

Two trees have five branches each, with neither leaves nor blossoms. But they are so versatile that you cannot do without them.

Learn to write

Write more Chinese characters that contain the following components. (Do it separately and then compare with a partner.)

部件	例字	
目	相	
包	袍	
艮	服	
艹	节	
木	相	

古代的旗袍是什么样子
gǔ dài de qí páo shì shén me yàng zi

Warming-up

Try to find out the differences between the old fashioned cheongsam and the modern one.

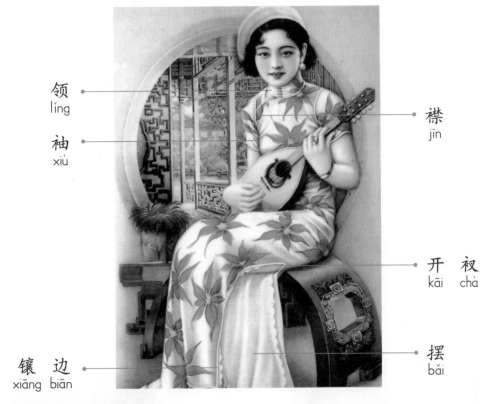

领
lǐng

袖
xiù

襟
jīn

开衩
kāi chà

摆
bǎi

镶边
xiāng biān

清代旗袍
qīng dài qí páo

现代旗袍
xiàn dài qí páo

Text 1

Mr. Liu is introducing the history of the cheongsam to his students...

旗 袍 是 中 国 满 族 的 服 装。古 代 的 旗 袍 比
qí páo shì zhōng guó mǎn zú de fú zhuāng gǔ dài de qí páo bǐ

现 在 的 长，也 比 现 在 的 大。满 族 建 立 清 朝 以
xiàn zài de cháng yě bǐ xiàn zài de dà mǎn zú jiàn lì qīng cháo yǐ

后，汉 族 人 也 开 始 穿 旗 袍 了。现 在，很 多 妇 女
hòu hàn zú rén yě kāi shǐ chuān qí páo le xiàn zài hěn duō fù nǚ

还 喜 欢 穿 旗 袍，不 过，旗 袍 的 样 子 变 了。现 在
hái xǐ huan chuān qí páo bú guò qí páo de yàng zi biàn le xiàn zài

的 旗 袍 比 古 代 的 短，也 比 古 代 的 瘦，当 然，比
de qí páo bǐ gǔ dài de duǎn yě bǐ gǔ dài de shòu dāng rán bǐ

古 代 的 更 漂 亮。
gǔ dài de gèng piào liang

Text 2

A notice.

通　知
tōng　zhī

星 期 五 在 朗 文 中 学 第 五 教 室 举
xīng qī wǔ zài lǎng wén zhōng xué dì wǔ jiào shì jǔ

行 服 装 节，欢 迎 感 兴 趣 的 同 学 参 加。请
xíng fú zhuāng jié huān yíng gǎn xìng qù de tóng xué cān jiā qǐng

穿 上 你 最 喜 欢 的 服 装。
chuān shàng nǐ zuì xǐ huan de fú zhuāng

New words

1. 满族	Mǎnzú	(n.)	Manchu nationality
2. 古代	gǔdài	(n.)	ancient times
3. 建立	jiànlì	(v.)	to found; to establish
4. 清朝	Qīngcháo	(n.)	Qing Dynasty
5. 汉族	Hànzú	(n.)	Han nationality
6. 妇女	fùnǚ	(n.)	woman
7. 不过	búguò	(conj.)	but; however; yet
8. 通知	tōngzhī	(n.)	notice
9. 感兴趣	gǎn xìngqù		to take interest in

Exercises

1. Check the sentences (✓ or ✕).

(1) 古 代 的 旗 袍 比 现 在 的 大。(　　)
　　gǔ dài de qí páo bǐ xiàn zài de dà

(2) 旗 袍 是 汉 族 的 服 装。(　　)
　　qí páo shì hàn zú de fú zhuāng

(3) 现 在 的 妇 女 不 喜 欢 穿 旗 袍 了。（　　）
  xiàn zài de fù nǚ bù xǐ huan chuān qí páo le

(4) 现 在 的 旗 袍 比 古 代 的 更 漂 亮。（　　）
  xiàn zài de qí páo bǐ gǔ dài de gèng piào liang

2. Measure words.

Look up the following words：" 鱼（yú）、鸭（yā）、果树（guǒshù）、花（huā）、飞机（fēijī）、量词（liàngcí）、千万（qiānwàn）、差（chà）"in the dictionary to find out their meanings.Then read the follow-up"Measure word ryhme".

一 头 牛、两 匹 马，
yì tóu niú liǎng pǐ mǎ

三 条 鱼 儿、四 只 鸭，
sān tiáo yú er sì zhī yā

五 本 书、六 张 画，
wǔ běn shū liù zhāng huà

七 棵 果 树、八 朵 花，
qī kē guǒ shù bā duǒ huā

九 架 飞 机、十 辆 车，
jiǔ jià fēi jī shí liàng chē

量 词 千 万 别 用 差。
liàng cí qiān wàn bié yòng chà

3. On your own.

(1) 比

我是杰克，今年17岁。

我是Tom，今年18岁。

我是Sam，今年19岁。

我叫Henry，今年17岁。

Tom 比 杰 克 大, 杰 克 比 Tom 高。
    bǐ jié kè dà jié kè bǐ gāo

_____

我是 John，今年 17 岁。

我叫 Andrew，今年 17 岁。

我叫 Kathy，今年 17 岁。

我是 Betty，今年 18 岁。

(2) 对……感 兴 趣

王 小 雨 对 服 装 感 兴 趣，安 妮 对 服 装 不 感 兴 趣。
wáng xiǎo yǔ duì fú zhuāng gǎn xìng qù ān nī duì fú zhuāng bù gǎn xìng qù

李 大 龙 ＿＿ 属 相 ＿＿＿＿，李 小 龙 ＿＿ 属 相 ＿＿＿＿。
lǐ dà lóng shǔ xiang lǐ xiǎo lóng shǔ xiang

杰 克 ＿＿ 足 球 比 赛 ＿＿＿＿，安 妮 ＿＿ 足 球 比 赛 ＿＿＿＿。
jié kè zú qiú bǐ sài ān nī zú qiú bǐ sài

李 大 龙 ＿＿ 学 习 ＿＿＿＿，李 小 龙 ＿＿ 学 习 ＿＿＿＿。
lǐ dà lóng xué xí lǐ xiǎo lóng xué xí

4. Interview your partners.

(1) 你 有 旗 袍 吗?
nǐ yǒu qí páo ma

(2) 你 觉 得 旗 袍 好 看 吗?
nǐ jué de qí páo hǎo kàn ma

(3) 你 们 学 校 有 服 装 节 吗?
nǐ men xué xiào yǒu fú zhuāng jié ma

(4) 你 对 什 么 最 感 兴 趣?
nǐ duì shén me zuì gǎn xìng qù

(5) 你 们 班 对 服 装 感 兴 趣 的 同 学 多 吗?
nǐ men bān duì fú zhuāng gǎn xìng qù de tóng xué duō ma

5. Class activity.

Try to collect data about all kinds of Chinese costumes (including those of Chinese minorities).
You can either copy print them from books or congratulatory cards or interview people with Chinese
background. You can even borrow a couple of pieces of traditional Chinese clothes to present them
to your classmates. You can also present to your classmates the materials and information you
gathered.

Reading

Read the following story and then tell it to others.

爷爷和孙子(sūnzi, grandson)一起散步(sànbù, to take a walk)，他们遇到(yùdào, to come across)一条小溪(xiǎoxī, brook)。孙子说："爷爷，这条河(hé, river)很小。"爷爷说："这不是河，这是溪。"孙子问："什么是河？"爷爷说："比溪大的是河，比河大的是江(jiāng, river)，比江大的是海(hǎi, sea)，比海大的是洋(yáng, ocean)……"孙子说："我知道了，比羊(yáng, sheep)大的是牛(niú, ox)。"

Writing

Do you often go on an outing with your friends? Write about the last outing you had (on computer).

Read and sing

太 阳 太 阳 给 我 们 带 来 七 色 光 彩，
tài yáng tài yáng gěi wǒ men dài lái qī sè guāng cǎi

照 得 我 们 心 灵 的 花 朵 美 丽 可 爱。
zhào de wǒ men xīn líng de huā duǒ měi lì kě ài

今 天 我 们 成 长 在 阳 光 下，
jīn tiān wǒ men chéngzhǎng zài yáng guāng xià

明 天 我 们 去 创 造 七 彩 世 界。
míng tiān wǒ men qù chuàngzào qī cǎi shì jiè

七 色 光 七 色 光，太 阳 的 光 彩，
qī sè guāng qī sè guāng tài yáng de guāng cǎi

我 们 带 着 七 色 梦 走 向 未 来。
wǒ men dài zhe qī sè mèng zǒu xiàng wèi lái

Oh, the sun, you bring us lights in seven hues, light up the flowers of our hearts lovely and beautiful. In your radiant beam we grow, to create a world so new tomorrow. Oh, sunshine, so brilliant and magnificent, we stride for tomorrow with this wonderful glow.

七色光之歌
qī sè guāng zhī gē

李幼容 词
徐锡宜 曲

太阳 太阳 给 我们 带来 七色 光

彩， 照得 我们 心灵的

花朵 美丽 可 爱。

今 天 我 们 成长 在 阳光 下，

明天我们 去创 造七彩世 界。 来 来来

来来 来 来来 来来 来 来 来来

来 来来 来来 七色光 七色光， 太阳的光

彩，　　　我们带着 七彩梦　　走向未　　来。

七色光　　七色光，　太阳的光彩，　　　我们带着

七彩梦　　走向未　　来。　　　　走　向 未

来！

Learn to write

Write more Chinese characters that contain the following components. (Do it separately and then compare with a partner.)

部件	例字	
氵	清	
衤	袖	
革	鞋	
方	旗	

210

UNIT SUMMARY

FUNCTIONAL USAGE

1. Expressing compliments and praise

你 穿 这 件 衣 服 真 漂 亮 !
nǐ chuān zhè jiàn yī fu zhēn piào liang

2. Soliciting opinions

我 买 哪 种 好 ?
wǒ mǎi nǎ zhǒng hǎo

3. Offering suggestions

您 买 这 种 吧 !
nín mǎi zhè zhǒng ba

4. Expressing comparisons

这 件 比 那 件 小 。
zhè jiàn bǐ nà jiàn xiǎo

你 跟 我 妈 妈 一 样 高 。
nǐ gēn wǒ mā ma yí yàng gāo

5. Expressing reasons and results

因 为 你 是 龙 年 出 生 的 ,
yīn wèi nǐ shì lóng nián chū shēng de

所 以 你 叫 大 龙 。
suǒ yǐ nǐ jiào dà lóng

6. Discussing birth years and zodiac signs

我 是 龙 年 出 生 的 , 我 属 龙 。
wǒ shì lóng nián chū shēng de wǒ shǔ lóng

211

GRAMMAR FOCUS

Sentence pattern	Example

1. 呢
   ne

你 在 找 什 么 呢？
nǐ zài zhǎo shén me ne

2. 主 谓 谓 语 句
   zhǔ wèi wèi yǔ jù

你 穿 这 条 裙 子 也 很 好 看。
nǐ chuān zhè tiáo qún zi yě hěn hǎo kàn

3. 更
   gèng

白 衬 衫 配 红 色 的 领 带。
bái chèn shān pèi hóng sè de lǐng dài

更 好。
gèng hǎo

4. 跟……一 样
   gēn   yí yàng

这 种 鞋 跟 那 种 鞋 一 样。
zhè zhǒng xié gēn nà zhǒng xié yí yàng

5. A 比 B……
   bǐ

那 条 裤 子 比 这 条 短。
nà tiáo kù zi bǐ zhè tiáo duǎn

6. 跟……一 样
   gēn   yí yàng

你 跟 我 一 样 大。
nǐ gēn wǒ yí yàng dà

我 跟 他 一 样 喜 欢 看 电 影。
wǒ gēn tā yí yàng xǐ huan kàn diàn yǐng

7. 因 为……所 以……
   yīn wèi   suǒ yǐ

因 为 你 是 龙 年 出 生 的，
yīn wèi nǐ shì lóng nián chū shēng de

所 以 你 叫 大 龙。
suǒ yǐ nǐ jiào dà lóng

Unit Six

Treasure Our Environment

Warming-up

Create more phrases to add to this page and use them to make notices for certain places.

别 把 垃 圾 扔 在 路 边！
bié bǎ lā jī rēng zài lù biān
(Don't litter.)

这 里 不 能 放 自 行 车！
zhè lǐ bù néng fàng zì xíng chē
(Bicycles can't be parked here.)

请 把 狗 带 出 去！
qǐng bǎ gǒu dài chū qù
(No dogs.)

请 您 为 环 境 保 护 捐 一 些 钱！
qǐng nín wèi huán jìng bǎo hù juān yì xiē qián
(Please donate some money for environmental protection.)

请 把 教 室 打 扫 干 净！
qǐng bǎ jiào shì dǎ sǎo gān jìng
(Please clean the classroom.)

公 共 场 所 禁 止 吸 烟！
gōng gòng chǎng suǒ jìn zhǐ xī yān
(Smoking is forbidden in public places.)

这 里 不 能 放 自 行 车
zhè lǐ bù néng fàng zì xíng chē

Warming-up

Ask your classmates to guess what you have lost in the passed months and add more items to this page.

他 丢 了 什 么 东 西？
tā diū le shén me dōng xi

自 行 车
zì xíng chē

汽 车
qì chē

眼 镜
yǎn jìng

手 表
shǒu biǎo

钥 匙
yào shi

钱 包
qián bāo

书 包
shū bāo

手 机
shǒu jī

Text 1

At a crossroad, Ma Ming is looking for his bicycle...

马 明： 先 生， 我 的 自 行 车 丢 了。
mǎ míng xiān sheng wǒ de zì xíng chē diū le

警 察： 你 把 自 行 车 放 在 什 么 地 方 了?
jǐng chá nǐ bǎ zì xíng chē fàng zài shén me dì fang le

马 明： 我 把 它 放 在 这 儿 了。
mǎ míng wǒ bǎ tā fàng zài zhèr le

警 察： 那 是 你 的 自 行 车 吗?
jǐng chá nà shì nǐ de zì xíng chē ma

马 明： 对， 是 我 的。
mǎ míng duì duì shì wǒ

警 察： 这 里 是 十 字 路 口， 你 不 能 把 自 行 车 放
jǐng chá zhè lǐ shì shí zì lù kǒu nǐ bù néng bǎ zì xíng chē fàng

在 这 儿。
zài zhèr

Text 2

In a park, Li Dalong has thrown some garbage on the roadside. His friends are telling him off...

马 明： 天 晚 了， 我 们 该 回 家 了。
mǎ míng   tiān wǎn le   wǒ men gāi huí jiā le

安 妮： 好， 我 们 把 这 里 打 扫 一 下。
ān ní   hǎo   wǒ men bǎ zhè lǐ dǎ sǎo yí xià

马 明： 哎， 大 龙， 别 把 垃 圾 扔 在 路 边！
mǎ míng   āi   dà lóng   bié bǎ lā jī rēng zài lù biān

大 龙： 怎 么 了？
dà lóng   zěn me le

小 雨： 我 们 应 该 爱 护 环 境！①
xiǎo yǔ   wǒ men yīng gāi ài hù huán jìng

————————————
① We should take good care of our environment.

New words

1. 把	bǎ	(prep.)	*used to shift the object to before the the verb, which must be reduplicated or accompanied by some other words or expressions*
2. 地方	dìfang	(n.)	place
3. 十字路口	shízì lùkǒu	(n.)	crossroad; intersection
4. 该……了	gāi…le		ought to; it's time to
5. 回家	huíjiā	(v.)	to go home
6. 打扫	dǎsǎo	(v.)	to clean up; to sweep
7. 垃圾	lājī	(n.)	garbage
8. 扔	rēng	(v.)	to throw; to toss
9. 爱护	àihù	(v.)	to take good care of; to cherish
10. 环境	huánjìng	(n.)	environment

Exercises

1. Check the sentences (✓ or ×).

(1) 马 明 的 自 行 车 丢 了。(   )
mǎ míng de zì xíng chē diū le

(2) 马 明 把 自 行 车 放 在 十 字 路 口。(   )
mǎ míng bǎ zì xíng chē fàng zài shí zì lù kǒu

(3) 警 察 把 马 明 的 自 行 车 放 到 了 另 一 个 地 方。(   )
jǐng chá bǎ mǎ míng de zì xíng chē fàng dào le lìng yí ge dì fang

(4) 李 大 龙、马 明 和 安 妮 在 野 餐。(   )
lǐ dà lóng mǎ míng hé ān ni zài yě cān

2. On your own.

Complete the following sentences. Write three more sentences. Compare with a partner.

(1) 把

马 明 把 自 行 车 放 在 十 字 路 口。
mǎ míng bǎ zì xíng chē fàng zài shí zì lù kǒu

安 妮＿＿＿＿＿＿＿＿＿＿＿＿。
ān ni

王 小 雨＿＿＿＿＿＿＿＿＿＿。
wáng xiǎo yǔ

李 大 龙＿＿＿＿＿＿＿＿＿＿。
lǐ dà lóng

(2) 别

别 把 垃 圾 扔 在 路 边!
bié bǎ lā jī rēng zài lù biān

＿＿＿＿＿＿＿＿＿＿＿＿＿＿

(3) 该……了

天 晚 了 ， 我 们 该 回 家 了 。
tiān wǎn le   wǒ men gāi huí jiā le

9 点 了 ， 我 们＿＿＿＿上 课＿＿＿＿。
diǎn le   wǒ men   shàng kè

12 点 了 ， 我 们＿＿＿＿吃 午 饭＿＿＿＿。
diǎn le   wǒ men   chī wǔ fàn

4 点 了 ， 我 们＿＿＿＿下 课＿＿＿＿。
diǎn le   wǒ men   xià kè

3. Class activity.

In groups one will give instructions using " 把 " structure, and the others will carry them out.

For example, Simon says, "Annie, 请把我的汉语书放进书包里。"Annie will do as she is told.

You can take turns to give instructions.

Listen and practice

1. Listen and then choose the correct answer to each question.

(1) What did the boy lose?

①自 行 车   ②球   ③汽 车   ④球 鞋
zì xíng chē   qiú   qì chē   qiú xié

(2) Where does the girl say that the bicycle cannot be put?

①十 字 路 口   ②路 边   ③家 里   ④学 校
shí zì lù kǒu   lù biān   jiā li   xué xiào

(3) How did the boy get to the police station?

① 骑　自　行　车　② 走　路　　　③ 坐　公　共　汽　车　④ 坐　爸　爸　的　汽　车
　qí　zì　xíng　chē　　zǒu　lù　　　zuò　gōnggòng　qì　chē　　zuò　bà　ba　de　qì　chē

2. Look at the picture while listening, and write down the sentences you hear in _Pinyin_.

1. Good day, Sir. What can I do for you?

2. I'd like to buy a TV set.

3. We have many kinds of TV sets, including color ones, black and white ones and ones for cars. What kind would you like to buy?

4. Is there a kind that doesn't play commercials?

3. Read the following ancient poem.

生　当　作　人　杰，
shēngdāng　zuò　rén　jié

死　亦　为　鬼　雄。
sǐ　yì　wéi　guǐ　xióng

至　今　思　项　羽①，
zhǐ　jīn　sī　xiàng　yǔ

不　肯　过　江　东。
bù　kěn　guò　jiāng　dōng

Be man of men while you're alive.

Be soul of souls even though you're dead!

Thinking of Xiang Yu who'd not survive his men,

Whose blood for him was shed.

---

① Xiang Yu (232-202 B.C.), who defeated by Liu Bang, first emperor of the Han Dynasty, killed himself beside the Black River.

Learn to write

Write more Chinese characters that contain the following components. (Do it separately and then compare with a partner.)

部件	例字	
土	地	
乃	扔	
讠	该	
扌	护	
宀	家	

27 我 们 要 把 教 室 打 扫 干 净

wǒ men yào bǎ jiào shì dǎ sǎo gān jìng

Warming-up

Add more activities that you have done at weekends and talk about your favorite.

周 末 你 干 什 么？
zhōu mò nǐ gàn shén me

去 郊 游
qù jiāo yóu

(go for an outing)

去 野 餐
qù yě cān

(go for a picnic)

去 钓 鱼
qù diào yú

(go fishing)

参 加 比 赛
cān jiā bǐ sài

(participate in a match)

打 保 龄 球
dǎ bǎo líng qiú

(go bowling)

修 理 汽 车
xiū lǐ qì chē

(have the car repaired)

做 义 工
zuò yì gōng

(be a volunteer for ...)

募 捐
mù juān

(collect donations for ...)

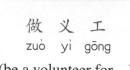

Text 1

School has finished. Wang Xiaoyu and Ma Ming are leaving the school very late ...

刘老师：王小雨，这么晚了，你们还在干什么呢？
liú lǎo shī wáng xiǎo yǔ zhè me wǎn le nǐ men hái zài gàn shén me ne

王小雨：我们在打扫教室。
wáng xiǎo yǔ wǒ men zài dǎ sǎo jiào shì

马　明：刚才我们举行活动，把教室弄脏了，
mǎ míng gāng cái wǒ men jǔ xíng huó dòng bǎ jiào shì nòng zāng le

我们要把教室打扫干净。
wǒ men yào bǎ jiào shì dǎ sǎo gān jìng

刘老师：你们两个人能做完吗？要不要我帮忙？①
liú lǎo shī nǐ men liǎng ge rén néng zuò wán ma yào bu yào wǒ bāng máng

王小雨：不用了，我们能做完。谢谢您！
wáng xiǎo yǔ bú yòng le wǒ men néng zuò wán xiè xie nín

① Do you need my help? (Can I help with anything?)

Text 2

On Sunday Ma Ming and his classmates volunteer to help others and collect donations for environmental protection ...

马 明： 先 生， 需 要 帮 忙 吗？
mǎ míng xiān sheng xū yào bāng máng ma

开 车 人： 请 帮 我 把 车 推 到 路 边。
kāi chē rén qǐng bāng wǒ bǎ chē tuī dào lù biān

安 妮： 您 的 车 需 要 洗 吗？
ān nī nín de chē xū yào xǐ ma

开 车 人： 好， 谢 谢。 你 们 在 这 儿 做 什 么？
kāi chē rén hǎo xiè xie nǐ men zài zhèr zuò shén me

杰 克： 我 们 在 为 环 境 保 护 募 捐。①
jié kè wǒ men zài wèi huán jìng bǎo hù mù juān

开 车 人： 好， 我 捐 一 些 钱。
kāi chē rén hǎo wǒ juān yì xiē qián

马 明： 先 生， 非 常 感 谢。
mǎ míng xiān sheng fēi cháng gǎn xiè

开 车 人： 我 应 该 感 谢 你 们， 你 们 把 我 的 车
kāi chē rén wǒ yīng gāi gǎn xiè nǐ men nǐ men bǎ wǒ de chē

洗 干 净 了。
xǐ gān jìng le

① We are helping collect donations for environmental protection.

224

New words

1. 这么	zhème	(pron.)	so;like this
2. 活动	huódòng	(n.)	activity
3. 弄	nòng	(v.)	to make
4. 脏	zāng	(adj.)	dirty
5. 要	yào	(aux.)	to need
6. 干净	gānjìng	(adj.)	clean
7. 帮忙	bāngmáng	(v.)	to help
8. 不用	búyòng	(adv.)	need not; not have to
9. 推	tuī	(v.)	to push
10. 路边	lùbiān	(n.)	roadside
11. 洗	xǐ	(v.)	to wash
12. 保护	bǎohù	(v.)	to protect
13. 募捐	mùjuān	(v.)	to collect donations
14. 捐	juān	(v.)	to donate

Exercises

1. Answer the questions.

(1) 王 小 雨 和 马 明 在 做 什 么?
　　wáng xiǎo yǔ　hé　mǎ míng zài zuò shén me

(2) 刘 老 师 帮 助 他 们 了 吗?　为 什 么?
　　liú　lǎo shī bāng zhù tā men le　ma　　wèi shén me

(3) 安 妮 和 马 明 在 做 什 么?
　　ān　nī　hé　mǎ míng zài zuò shén me

(4) 开 车 人 捐 钱 了 吗?
　　kāi chē rén juān qián le　ma

2. On your own.

Complete the sentences by following the example.

这 么 大 的 教 室， 你 能 打 扫 完 吗？
zhè me dà de jiào shì nǐ néng dǎ sǎo wán ma

这 么 多 作 业， 你 ＿＿＿ 做 完 吗？
zhè me duō zuò yè nǐ zuò wán ma

这 么 多 饭， 你 ＿＿＿ 吃 完 吗？
zhè me duō fàn nǐ chī wán ma

3. Conversation practice.

Use the substitute words to make new conversations. Practice with a partner. Think of other situations.

A: 需 要 帮 忙 吗？
　 xū yào bāng máng ma

B: 请 帮 我 把 本 子 发
　 qǐng bāng wǒ bǎ běn zi fā

　 给 同 学 们！
　 gěi tóng xué men

　（不 用 了， 谢 谢 你！）
　　bú yòng le xiè xie nǐ

开 一 下 门　　拿 一 下 书 包　　买 一 个 面 包
kāi yí xià mén　　ná yí xià shū bāo　　mǎi yí ge miàn bāo

4. Class activity.

(1) Interview your classmates about what chore they help with at home. Make a survey.

在 家 里， 你 打 扫 房 间 吗？ 你 干 什 么 家 务 活？
zài jiā li nǐ dǎ sǎo fáng jiān ma nǐ gàn shén me jiā wù huó

(2) If you can choose a cause to collect donations for, which one would you choose? Why?

Listen and practice

1. Listen and then choose the correct answer to each question.

(1) Why does the boy wash the car?

① 车 脏 了
chē zāng le

② 他 有 时 间
tā yǒu shí jiān

③ 他 高 兴
tā gāo xìng

④ 他 把 车 弄 脏 了
tā bǎ chē nòngzāng le

(2) Why is the car so dirty?

① 男 孩 开 车 了
nán hái kāi chē le

② 爸 爸 开 车 了
bà ba kāi chē le

③ 下 雨 了
xià yǔ le

(3) The boy knows how to drive. How does his father like it?

① 生 气
shēng qì

② 高 兴
gāo xìng

③ 没 关 系
méi guān xi

2. Look at the picture while listening, and write down the sentences you hear in _Pinyin_.

1. Henry, did you bring my clothes back?

2. No, I didn't. The laundry man said that he couldn't give me your clothes.

3. Why?

4. Because you didn't give me the money and I don't have money to pay him.

3. Read aloud.

我 爱 这 条 小 河,
wǒ ài zhè tiáo xiǎo hé

它 没 有 大 江 的 宏 伟,
tā méi yǒu dà jiāng de hóng wěi

也 没 有 大 海 的 壮 阔,
yě méi yǒu dà hǎi de zhuàngkuò

但 是 它 清 清 的 流 水,
dàn shì tā qīng qīng de liú shuǐ

带 给 我 甜 甜 的 回 忆。
dài gěi wǒ tián tián de huí yì

I love this brook, though it doesn't have the grandness of a river, nor does it have the broadness of an ocean. But with its crystal clear flow, it brings back sweet memories.

Learn to write

Write more Chinese characters that contain the following components. (Do it separately and then compare with a partner.)

部件	例字	
隹	推	
力	募	
舌	活	
冫	净	

公共场所禁止吸烟

gōng gòng chǎng suǒ jìn zhǐ xī yān

Warming-up

Add more activities that are forbidden in certain places to this page. Use one of them to design a poster.

这 里 禁 止……
zhè lǐ jìn zhǐ

吸 烟 (smoking)　　踢 球 (playing football)　　遛 狗 (dog walking)
xī yān　　　　　　　tī qiú　　　　　　　　　liù gǒu

玩 滑 板 (skate boarding)　钓 鱼 (fishing)
wán huá bǎn　　　　　　　diào yú

游 泳 (swimming)
yóu yǒng

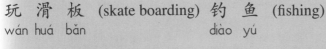
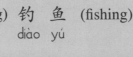

229

Text 1

Li Xiaolong takes his dog to a supermarket...

管理员：喂，小伙子，你可以把狗带出去吗?
guǎn lǐ yuán wèi xiǎo huǒ zi nǐ kě yǐ bǎ gǒu dài chū qù ma

李小龙：我要给它买食品。
lǐ xiǎo lóng wǒ yào gěi tā mǎi shí pǐn

管理员：你可以把它放在外面。
guǎn lǐ yuán nǐ kě yǐ bǎ tā fàng zài wài mian

李小龙：它想看看它喜欢吃什么。
lǐ xiǎo lóng tā xiǎng kàn kan tā xǐ huan chī shén me

管理员：可是，它必须遵守规定。①
guǎn lǐ yuán kě shì tā bì xū zūn shǒu guī dìng

---

① Regulations must be obeyed.

Text 2

Jack is in the lobby of a theatre. There is a woman smoking there...

杰 克： 太 太 ， 这 里 是 公 共 场 所 ， 禁 止 吸 烟 ！
jié kè   tài tai zhè lǐ shì gōng gòng chǎng suǒ   jìn zhǐ xī yān

女 人： 哦 ， 对 不 起 。 什 么 地 方 可 以 吸 烟 ？
nǚ rén   ò   duì bu qǐ   shén me   dì fang kě yǐ xī yān

杰 克： 您 可 以 去 吸 烟 室 吸 烟 。
jié kè   nín kě yǐ qù xī yān shì xī yān

女 人： 吸 烟 室 在 哪 儿 ？
nǚ rén   xī yān shì zài nǎr

杰 克： 在 休 息 室 对 面 、 卫 生 间 旁 边 。
jié kè   zài xiū xi shì duì miàn   wèi shēng jiān páng biān

231

New words

1. 小伙子	xiǎohuǒzi	(n.)	lad; young man
2. 出去	chūqù	(v.)	(to go) out
3. 食品	shípǐn	(n.)	food
4. 必须	bìxū	(adv.)	must
5. 遵守	zūnshǒu	(v.)	to obey
6. 规定	guīdìng	(n.)	regulation; rule
7. 禁止	jìnzhǐ	(v.)	to forbid
8. 商店	shāngdiàn	(n.)	store
9. 太太	tàitai	(n.)	Mrs.; madame
10. 公共	gōnggòng	(adj.)	public
11. 场所	chǎngsuǒ	(n.)	place
12. 吸烟	xīyān	(v.)	to smoke; smoking
13. 吸烟室	xīyānshì	(n.)	smoking room
14. 休息室	xiūxishì	(n.)	lobby
15. 对面	duìmiàn	(n.)	opposite
16. 卫生间	wèishēngjiān	(n.)	restroom

Exercises

1. Answer the questions.

(1) 李 小 龙 为 什 么 想 把 狗 带 进 商 店?
lǐ xiǎo lóng wèi shén me xiǎng bǎ gǒu dài jìn shāng diàn

(2) 李 小 龙 把 狗 带 进 商 店 了 吗? 为 什 么?
lǐ xiǎo lóng bǎ gǒu dài jìn shāng diàn le ma wèi shén me

(3) 太 太 应 该 去 什 么 地 方 吸 烟? 为 什 么?
tài tai yīng gāi qù shén me dì fang xī yān wèi shén me

(4) 你 觉 得 杰 克 这 样 做 对 不 对? 为 什 么?
nǐ jué de jié kè zhè yàng zuò duì bu duì wèi shén me

232

2. Find the correct name for each picture.

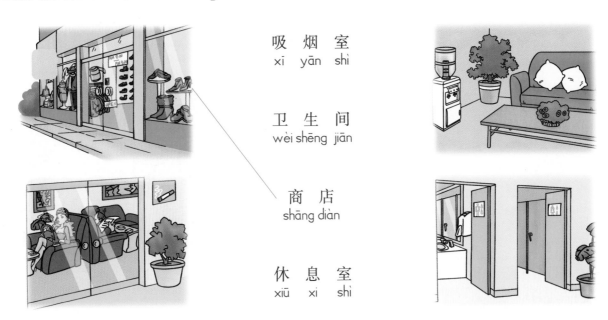

吸 烟 室
xī yān shì

卫 生 间
wèi shēng jiān

商 店
shāng diàn

休 息 室
xiū xi shì

3. On your own.

(1) 在……对面

Complete the sentences according to the pictures.

吸 烟 室 在 休 息 室 的 对 面。
xī yān shì zài xiū xi shì de duì miàn

图 书 馆＿＿＿＿＿＿＿＿＿＿＿。
tú shū guǎn

汉 语 教 室＿＿＿＿＿＿＿＿＿。
hàn yǔ jiào shì

长 城 饭 店＿＿＿＿＿＿＿＿＿＿。
cháng chéng fàn diàn

(2) 必须

Complete the sentences by following the example. Make three more sentences.

您 必 须 去 吸 烟 室 吸 烟。
nín bì xū qù xī yān shì xī yān

我 们＿＿＿＿＿今 天 交 作 业。
wǒ men　　　　　jīn tiān jiāo zuò yè

他＿＿＿＿＿马 上 回 家。
tā　　　　　mǎ shàng huí jiā

你＿＿＿＿＿把 这 件 事 告 诉 杰 克。
nǐ　　　　　bǎ zhè jiàn shì gào su jié kè

4. Class activity.

Make a list of rules that are in operation in your school and community. In groups discuss the rules that you think are useful and those that are not. Are there any rules you would like to add to your school or community?

Listen and practice

1. Listen and then choose the correct answer to each question.

(1) What does the man want to do?

① 吃 饭　　　② 吸 烟　　　③ 喝 咖 啡　　　④ 喝 茶
chī fàn　　　　xī yān　　　　hē kā fēi　　　　hē kā

(2) Where are they?

① 吸 烟 室　　　② 咖 啡 馆　　　③ 公 共 场 所　　　④ 商 店
xī yān shì　　　kā fēi guǎn　　　gōng gòng chǎng suǒ　　　shāng diàn

(3) Where is smoking allowed?

①咖 啡 馆
kā fēi guǎn

②饭 馆
fàn guǎn

③麦 当 劳 店
mài dāng láo diàn

④公 共 场 所
gōng gòng chǎng suǒ

2. Look at the picture while listening, and write down the sentences you hear in *Pinyin*.

3. Read the following riddle.

兄 弟 七 八 个，
xiōng dì qī bā gè

围 着 圆 柱 坐。
wéi zhe yuán zhù zuò

请 它 走 出 来，
qǐng tā zǒu chū lái

衣 服 先 撕 破。
yī fu xiān sī pò

Seven or eight brothers, sitting around a pillar,

ask them to come out, their clothes must be torn.

Learn to write

Write more Chinese characters that contain the following components. (Do it separately and then compare with a partner.)

部件	例字	
火	烟	
句	狗	
心	想	
页	须	
方	旁	

29 我帮邻居们遛狗

wǒ bāng lín jū men liù gǒu

Warming-up

Add more activities or jobs that students do during vacation time.

暑假你干什么？
shǔ jià nǐ gàn shén me

打 工
dǎ gōng

(do a part-time job)

旅 行
lǚ xíng

(travel)

参 加 夏 令 营
cān jiā xià lìng yíng

(join a summer camp)

上 暑 期 学 校
shàng shǔ qī xué xiào

(go to a summer school)

参 加 体 育 训 练 队
cān jiā tǐ yù xùn liàn duì

(join a sport training team)

Text 1

Ma Ming and Jack are talking about their plans for the summer vacation.

杰 克：马 明，暑 假 你 打 算 干 什 么？
jié kè mǎ míng shǔ jià nǐ dǎ suàn gàn shén me

马 明：我 去 打 工。我 找 到 了 一 份 工 作。
mǎ míng wǒ qù dǎ gōng wǒ zhǎo dào le yí fèn gōng zuò

杰 克：什 么 工 作？
jié kè shén me gōng zuò

马 明：我 帮 邻 居 们 遛 狗，一 共 有 八 只 狗。
mǎ míng wǒ bāng lín jū men liù gǒu yí gòng yǒu bā zhī gǒu

杰 克：你 能 遛 这 么 多 狗 吗？
jié kè nǐ néng liù zhè me duō gǒu ma

马 明：没 问 题。暑 假 你 干 什 么？
mǎ míng méi wèn tí shǔ jià nǐ gàn shén me

杰 克：我 也 要 去 打 工，我 想 挣 些 零 花 钱①。
jié kè wǒ yě yào qù dǎ gōng wǒ xiǎng zhèng xiē líng huā qián

① I want to earn some pocket money.

Text 2

The students are talking about their plans for summer.

小雨：安妮，就要放假了，你有什么打算？
xiǎo yǔ ān nī jiù yào fàng jià le nǐ yǒu shén me dǎ suàn

安妮：我想去南方旅行。你呢？
ān nī wǒ xiǎng qù nán fāng lǚ xíng nǐ ne

小雨：我要去欧洲旅行。我跟妈妈一起去。
xiǎo yǔ wǒ yào qù ōu zhōu lǚ xíng wǒ gēn mā ma yì qǐ qù

安妮：杰克，你去哪儿？
ān nī jié kè nǐ qù nǎr

杰克：我先挣钱，然后再去旅行。①
jié kè wǒ xiān zhèng qián rán hòu zài qù lǚ xíng

小雨：你能找到工作吗？
xiǎo yǔ nǐ néng zhǎo dào gōng zuò ma

杰克：我已经找到工作了。
jié kè wǒ yǐ jīng zhǎo dào gōng zuò le

New words

1.	打工	dǎgōng	(v.)	to do a part-time job
2.	遛狗	liù gǒu		to walk dogs
3.	遛	liù	(v.)	to walk
4.	挣	zhèng	(v.)	to earn
5.	零花钱	línghuāqián	(n.)	pocket money
6.	放假	fàngjià	(v.)	to have a vacation
7.	南方	nánfāng	(n.)	south
8.	旅行	lǚxíng	(v.)	to travel
9.	欧洲	Ōuzhōu	(n.)	Europe
10.	然后	ránhòu	(adv.)	and then; afterwards

---

① I'll earn some money first and then go travelling.

Exercises

1. Complete the chart according to Text 1 and Text 2.

姓　名 xìng míng	暑　假　打　算 shǔ　jià　dǎ　suàn	找　到　工　作　了　吗? zhǎodào gōng zuò le ma
杰　克 jié　kè		
马　明 mǎ　míng		
安　妮 ān　nī		
王　小　雨 wáng xiǎo yǔ		

2. On your own.

Complete the following sentences. Write five more sentences. Compare with a partner.

(1) 能

你 能 遛 这 么 多 狗 吗?　　　　　你＿＿＿ 挣 到 零 花 钱 吗?
nǐ néng liù zhè me duō gǒu ma　　　nǐ　　　zhèngdào líng huā qián ma

你＿＿＿ 找 到 工 作 吗?　　　　　　你＿＿＿ 写 完 作 业 吗?
nǐ　　　zhǎo dào gōng zuò ma　　　　nǐ　　　xiě wán zuò yè ma

(2) Complete the sentences according to the pictures.

① 帮

马 明 帮 邻 居 们＿＿＿＿＿。　　　安 妮＿＿＿＿＿＿＿＿＿＿。
mǎ míngbāng lín jū men　　　　　　ān　nī

240

李 大 龙＿＿＿＿＿＿＿＿＿＿＿＿＿＿＿。
lǐ dà lóng

王 小 雨＿＿＿＿＿＿＿＿＿＿＿＿＿＿。
wáng xiǎo yǔ

② 先……，（然后）再……

Susan 先 挣 钱，然 后 再 去 旅 行。
xiān zhèng qián rán hòu zài qù lǚ xíng

王 小 雨＿＿＿＿＿＿，＿＿＿＿＿＿。
wáng xiǎo yǔ

李 大 龙＿＿＿＿＿＿＿＿＿＿＿＿＿，
lǐ dà lóng

＿＿＿＿＿＿＿＿＿＿＿＿＿＿＿＿＿。

Linda＿＿＿＿＿＿＿＿＿＿＿＿＿＿＿＿，

＿＿＿＿＿＿＿＿＿＿＿＿＿＿＿＿。

3. Interview a partner.

(1) 你 有 零 花 钱 吗?
nǐ yǒu líng huā qián ma

(2) 你 怎 么 挣 零 花 钱?
nǐ zěn me zhèng líng huā qián

(3) 你 喜 欢 打 工 吗? 为 什 么?
nǐ xǐ huan dǎ gōng ma wèi shén me

(4) 你 喜 欢 旅 行 吗?
nǐ xǐ huan lǚ xíng ma

(5) 你 最 喜 欢 去 什 么 地 方 旅 行?
nǐ zuì xǐ huan qù shén me dì fang lǚ xíng

4. China snapshot.

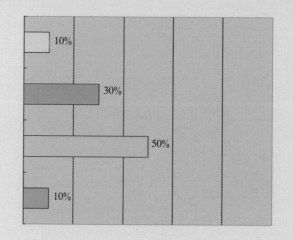

中 国 城 市 中 学 生 的 零 花 钱
zhōng guó chéng shì zhōng xué shēng de líng huā qián

一 般 从 小 学 开 始, 父 母 每 个 月 都 会 给 孩 子 一 些
yì bān cóng xiǎo xué kāi shǐ fù mǔ měi ge yuè dōu huì gěi hái zi yì xiē

零 花 钱。 孩 子 可 以 用 零 花 钱 买 自 己 喜 欢 的 书、 文 具、
líng huā qián hái zi kě yǐ yòng líng huā qián mǎi zì jǐ xǐ huan de shū wén jù

玩 具 等 等。 孩 子 每 个 月 能 得 到 多 少 零 花 钱 呢? 武 汉 市
wán jù děng děng hái zi měi ge yuè néng dé dào duō shao líng huā qián ne wǔ hàn shì

有 人 做 了 一 个 调 查:
yǒurén zuò le yí ge diào chá

10-50 元， 10%；

50-100 元， 50%；

100-200 元， 30%；

200 元以上， 10%。

10%

30%

50%

10%

Use these questions to create a class discusson.

(1) 你 觉 得 武 汉 中 学 生 的 零 花 钱 多 吗?
nǐ jué de wǔ hàn zhōng xué shēng de líng huā qián duō ma

242

(2) 你 觉 得 多 少 零 花 钱 最 好?
nǐ jué de duō shao líng huā qián zuì hǎo

(3) 父 母 应 该 给 孩 子 零 花 钱 吗?
fù mǔ yīng gāi gěi hái zi líng huā qián ma

5. Class activity.

In groups ask about what part-time jobs your classmates do or have done. Find out in which trades they have taken part-time jobs and if they are satisfied with their jobs.

Listen and practice

1. Listen and then choose the correct answer to each question.

(1) What does the boy like to do in summer?

①旅 行　　　②打 工　　　③找 工 作　　　④遛 狗
lǚ xíng　　　dǎ gōng　　　zhǎo gōng zuò　　　liù gǒu

(2) Is the boy going to travelling this year?

①去　　②不 去　　③先 挣 钱, 然 后 去　　④不 喜 欢 去
qù　　bú qù　　xiān zhèng qián rán hòu qù　　bù xǐ huan qù

(3) What's the girl's plan for this summer?

①打 工　　　②遛 狗　　　③学 习　　　④旅 行
dǎ gōng　　　liù gǒu　　　xué xí　　　lǚ xíng

2. Look at the picture while listening, and write down the sentences you hear in *Pinyin*.

1. Jack, show me your hand!

2. You see, isn't my hand clean?

3. Your hand is so dirty. There isn't any other hand which is dirtier than this.

4. There is.

5. Where?

6. Here. My other hand.

3. Read aloud the following ancient poem.

故　人　西　辞　黄　鹤　楼，
gù　rén　xī　cí　huáng　hè　lóu

烟　花　三　月　下　扬　州。
yān　huā　sān　yuè　xià　yáng zhōu

孤　帆　远　影　碧　空　尽，
gū　fān　yuǎn yǐng　bì　kōng　jìn

唯　见　长　江　天　际　流。
wéi　jiàn chángjiāng tiān　jì　liú

My friend has left the west where the Yellow Crane towers,

For River Town green with willows and red with flowers.

His lessening sail is lost in the boundless blue sky,

Where I see but the endless River rolling by.

Learn to write

Write more Chinese characters that contain the following components. (Do it separately and then compare with a partner.)

部件	例字	
氵	洲	
钅	钱	
令	零	
扌	打	
攵	放	

30 暑假就要开始了
shǔ jià jiù yào kāi shǐ le

Warming-up

Make a plan for the coming summer vacation and explain it to your class.

Text 1

A letter to all the students from the principal.

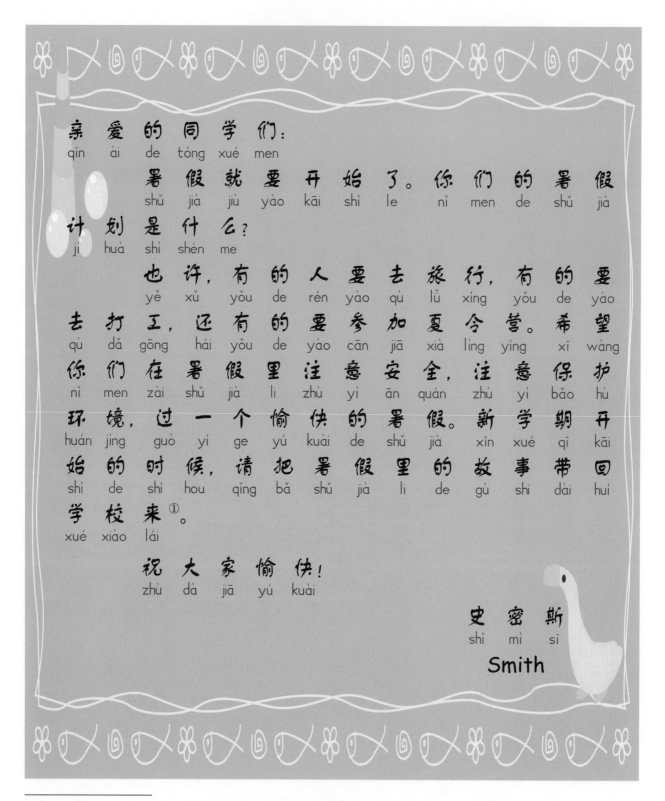

亲 爱 的 同 学 们：
qīn ài de tóng xué men

暑 假 就 要 开 始 了。你 们 的 暑 假
shǔ jià jiù yào kāi shǐ le nǐ men de shǔ jià

计 划 是 什 么？
jì huà shì shén me

也 许，有 的 人 要 去 旅 行，有 的 要
yě xǔ yǒu de rén yào qù lǚ xíng yǒu de yào

去 打 工，还 有 的 要 参 加 夏 令 营。希 望
qù dǎ gōng hái yǒu de yào cān jiā xià lìng yíng xī wàng

你 们 在 暑 假 里 注 意 安 全，注 意 保 护
nǐ men zài shǔ jià lǐ zhù yì ān quán zhù yì bǎo hù

环 境，过 一 个 愉 快 的 暑 假。新 学 期 开
huán jìng guò yí ge yú kuài de shǔ jià xīn xué qī kāi

始 的 时 候，请 把 暑 假 里 的 故 事 带 回
shǐ de shí hou qǐng bǎ shǔ jià lǐ de gù shi dài huí

学 校 来①。
xué xiào lái

祝 大 家 愉 快！
zhù dà jiā yú kuài

史 密 斯
shǐ mì sī

Smith

---

① When school starts again, bring back stories of what happened to you during the summer vacation.

Text 2

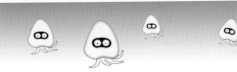

夏令营海报
xià lìng yíng hǎi bào

请 来 参 加 我 们 的 绿 色 夏 令 营！ 我
qǐng lái cān jiā wǒ men de lǜ sè xià lìng yíng wǒ

们 一 起 去 爬 山， 考 察 森 林， 然 后 乘 船
men yì qǐ qù pá shān kǎo chá sēn lín rán hòu chéng chuán

漂 流， 考 察 河 岸 两 边 的 环 境。 来 吧， 我
piāo liú kǎo chá hé àn liǎng biān de huán jìng lái ba wǒ

们 一 起 过 一 个 愉 快 的 暑 假！①
men yì qǐ guò yí ge yú kuài de shǔ jià

New words

1. 亲爱的	qīn'àide		dear
2. 计划	jìhuà	(n.)	plan
3. 也许	yěxǔ	(adv.)	perhaps; maybe
4. 夏令营	xiàlìngyíng	(n.)	summer camp
5. 注意	zhùyì	(v.)	to pay attention to
6. 安全	ānquán	(n.)	safety
7. 愉快	yúkuài	(adj.)	pleasant; delightful
8. 学期	xuéqī	(n.)	semester
9. 回来	huílái	(v.)	(to come)back
10. 考察	kǎochá	(v.)	to investigate

① Come on, let's have a pleasant summer vacation together.

11. 森林	sēnlín	(n.)	forest
12. 乘船	chéng chuán		by boat; to take a boat
13. 漂流	piāoliú	(v.)	to float; to drift
14. 河岸	hé'àn	(n.)	river bank
15. 两边	liǎngbiān	(n.)	both sides

Exercises

1. Read aloud.

(1) Wishes!

祝 你 暑 假 愉 快!　　祝 你 夏 令 营 愉 快!
zhù nǐ shǔ jià yú kuài　　zhù nǐ xià lìng yíng yú kuài

祝 你 节 日 愉 快!　　祝 你 旅 行 愉 快!
zhù nǐ jié rì yú kuài　　zhù nǐ lǚ xíng yú kuài

(2) Happy vacation.

愉 快 的 暑 假
yú kuài de shǔ jià

愉 快 的 夏 令 营
yú kuài de xià lìng yíng

愉 快 的 节 日
yú kuài de jié rì

愉 快 的 旅 行
yú kuài de lǚ xíng

2. Find the correct expression for each picture.

考 察 森 林
kǎo chá sēn lín

爬 山
pá shān

考 察 河 边 的 环 境
kǎo chá hé biān de huán jìng

乘 船 漂 流
chéng chuán piāo liú

3. Interview a partner.

(1) 你 的 暑 假 计 划 是 什 么?
    nǐ de shǔ jià jì huà shì shén me

(2) 你 喜 欢 夏 令 营 吗?
    nǐ xǐ huan xià lìng yíng ma

(3) 今 年 你 们 学 校 有 什 么 夏 令 营 活 动?
    jīn nián nǐ men xué xiào yǒu shén me xià lìng yíng huó dòng

4. Class activity.

The Chinese Competition in the Forbidden City: Do you want to know how many Chinese characters and words you have mastered? See how many you can recognize in 5 minutes. (See the appendix.)

Reading

Read the following story and then tell it to others.

一个孩子在路边（lùbiān, roadside）哭（kū, to cry）。我问他："你为什么哭？"他说："我把妈妈给我的硬币（yìngbì, coin）弄丢（diū, to lose）了。"我说："别哭了，我再给你一个。"他拿到硬币以后笑（xiào, to smile）了，可是马上又哭了。我问他为什么又哭了，他说："要是（yàoshi, if）我不把第一个硬币丢了，我现在就有两个了。"

Writing

How to protect our environment?

Read and sing

请 把 我 的 歌 带 回 你 的 家，
qǐng bǎ wǒ de gē dài huí nǐ de jiā

请 把 你 的 微 笑 留 下。
qǐng bǎ nǐ de wēi xiào liú xià

请 把 我 的 歌 带 回 你 的 家，
qǐng bǎ wǒ de gē dài huí nǐ de jiā

请 把 你 的 微 笑 留 下。
qǐng bǎ nǐ de wēi xiào liú xià

明 天 明 天 这 歌 声，
míng tiān míng tiān zhè gē shēng

飞 遍 海 角 天 涯，
fēi biàn hǎi jiǎo tiān yá

飞 遍 海 角 天 涯；
fēi biàn hǎi jiǎo tiān yá

明 天 明 天 这 微 笑，
míng tiān míng tiān zhè wēi xiào

将 是 遍 野 春 花，
jiāng shì biàn yě chūn huā

将 是 遍 野 春 花。
jiāng shì biàn yě chūn huā

Take my song back home with you and leave me your smile. Tomorrow this song will cover every corner of the world. Tomorrow the smile will turn all the fields into gardens blooming with spring flowers.

歌 声 与 微 笑
gē shēng yǔ wēi xiào

请把我的歌　　带回你的家，　　请把你的微笑留　　下。

请把我的歌　　带回你的家，　　请把你的微笑 留　　下。

明天明天这 歌声，飞遍海角天　涯，　飞 遍海角天　　涯；

明天明天这 微笑，将是遍野春　花，　将是遍野春　　花。

Learn to write

Write more Chinese characters that contain the following components. (Do it separately and then compare with a partner.)

部件	例字	
讠	计	
刂	划	
十	计	
舟	船	
忄	愉	

Unit Summary

Functional Usage

1. Expressing prohibition

别 把 垃 圾 扔 在 路 边!
bié bǎ lā jī rēng zài lù biān

你 不 能 把 自 行 车 放 在 路 边。
nǐ bù néng bǎ zì xíng chē fàng zài lù biān

2. Offering assistance

要 不 要 帮 忙?
yào bu yào bāng máng

您 需 要 帮 忙 吗?
nín xū yào bāng máng ma

3. Requesting cooperation

你 可 以 把 狗 带 出 去 吗?
nǐ kě yǐ bǎ gǒu dài chū qù ma

4. Expressing plans

我 想 去 南 方 旅 行。
wǒ xiǎng qù nán fāng lǚ xíng

我 要 去 欧 洲 旅 行。
wǒ yào qù ōu zhōu lǚ xíng

GRAMMAR FOCUS

Sentence pattern

Example

1. 把
bǎ

我 把 自 行 车 放 在 这 儿 了。
wǒ bǎ zì xíng chē fàng zài zhèr le

2. 必 须
bì xū

它 必 须 遵 守 规 定。
tā bì xū zūn shǒu guī dìng

3. 能
néng

我 能 遛 十 只 狗。
wǒ néng liù shí zhī gǒu

4. 先……然 后……
xiān rán hòu

我 先 挣 钱，然 后 再 去 旅 行。
wǒ xiān zhèng qián rán hòu zài qù lǚ xíng

5. 一 些
yì xiē

我 捐 一 些 钱。
wǒ juān yì xiē qián

I Class Activity

Chinese Competition in the Forbidden City

Introductions

Now that over 700 Chinese words have been introduced after two years' study, we selected some of them and put them into the houses of the Forbidden City to see if you can recognize them and figure out their meanings.

The Forbidden City is located in the center of Beijing, and composed of 3 front halls, 3 back halls and an imperial garden. There are more than 9 000 houses in the City, which means an adult would turn out to be an old person after he / she stayed in each of these houses for only one night.

For the convenience of designing this game, we just drew an approximate layout of the 3 front halls of the City instead of the exact design of the whole. However, if you are interested in the Forbidden City, you may further read related materials or you may even pay a visit to Beijing to see it with your own eyes.

Instructions

First two people will cast dice. The one who has bigger number starts the game. The two people will enter the City from the two small gates respectively. During the whole game they will take turns to cast dice and find the corresponding house. The one who works out the pronunciation and meaning of the word in the house successfully will cast dice again; otherwise he / she will have to remain in the previous house and wait till the next turn. They will check each other's answers. The one who first reaches Hall I wins the game.

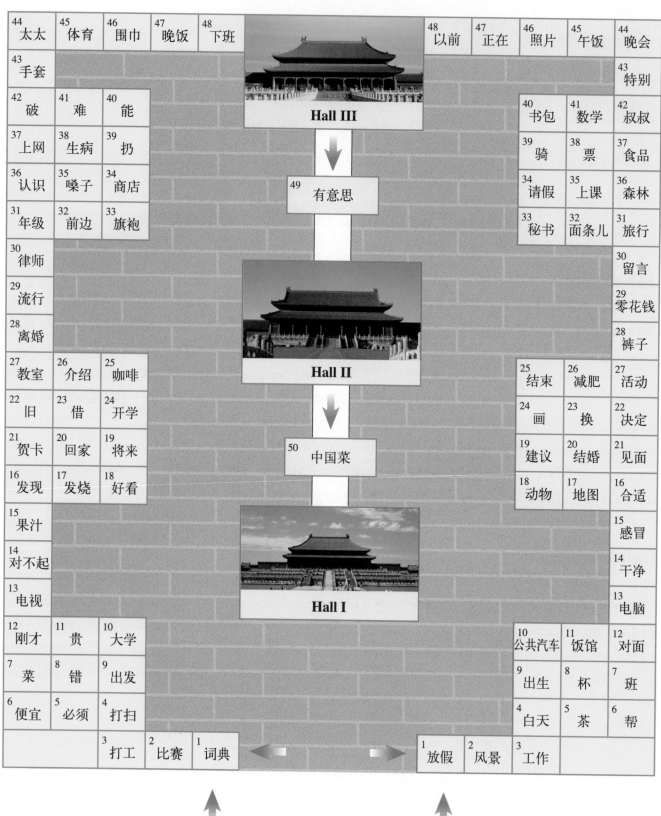

The Keys to A's Questions

1. cídiǎn   2. bǐsài   3. dǎgōng   4. dǎsǎo   5. bìxū
6. piányi   7. cài   8. cuò   9. chūfā   10. dàxué
11. guì   12. gāngcái   13. diànshì   14. duìbuqǐ   15. guǒzhī
16. fāxiàn   17. fāshāo   18. hǎokàn   19. jiānglái   20. huíjiā
21. hèkǎ   22. jiù   23. jiè   24. kāixué   25. kāfēi
26. jièshào   27. jiàoshì   28. líhūn   29. liúxíng   30. lùshī
31. niánjí   32. qiánbian   33. qípáo   34. shāngdiàn   35. sǎngzi
36. rènshi   37. shàngwǎng   38. shēngbìng   39. rēng   40. néng
41. nán   42. pò   43. shǒutào   44. tàitai   45. tǐyù
46. wéijīn   47. wǎnfàn   48. xiàbān   49. yǒu yìsi   50. zhōngguócài

The Keys to B's Questions

1. fàngjià   2. fēngjǐng   3. gōngzuò   4. báitiān   5. chá
6. bāng   7. bān   8. bēi   9. chūshēng   10. gōnggòng qìchē
11. fànguǎn   12. duìmiàn   13. diànnǎo   14. gānjìng   15. gǎnmào
16. héshì   17. dìtú   18. dòngwù   19. jiànyì   20. jiéhūn
21. jiànmiàn   22. juédìng   23. huàn   24. huà   25. jiéshù
26. jiǎnféi   27. huódòng   28. kùzi   29. línghuāqián   30. liúyán
31. lǚxíng   32. miàntiáor   33. mìshū   34. qǐngjià   35. shàngkè
36. sēnlín   37. shípǐn   38. piào   39. qí   40. shūbāo
41. shùxué   42. shūshu   43. tèbié   44. wǎnhuì   45. wǔfàn
46. zhàopiàn   47. zhèngzài   48. yǐqián   49. yǒu yìsi   50. zhōngguócài

II Vocabulary

Word	*Pinyin*	Part of Speech	Translation	Lesson
艾利克中学	Àilìkè Zhōngxué		Eric High School	12
爱好	àihào	n.	hobby	8
爱好	àihào	v.	to have sth. as a hobby	10
爱好者	àihàozhě	n.	enthusiast	10
爱护	àihù	v.	to take good care of; to cherish	26
安妮	Ānnī	n.	Annie	1
安全	ānquán	n.	safety	30
巴西	Bāxī	n.	Brazil	6
把	bǎ	m.	*a measure word for chairs, locks etc.*	5
把	bǎ	prep.	*used to shift the object to before the verb, which must be reduplicated or accompanied by some other words or expressions*	26
白	bái	adj.	white	21
白天	báitiān	n.	daytime	15
班	bān	n.	class	1
帮（助）	bāng (zhù)	v.	to help	3
帮忙	bāngmáng	v.	to help	27
棒球帽	bàngqiúmào	n.	baseball cap	23
包子	bāozi	n.	steamed stuffed bun	16
饱	bǎo	adj.	to have eaten one's fill; to be full	18
保护	bǎohù	v.	to protect	27
杯	bēi	m.	*a measure word for liquid in glass or cup*	16
本	běn	m.	*a measure word for things like books etc.*	4
比	bǐ	prep.	than; (superior or inferior) to	23

比赛	bǐsài	n.	match; competition	6
必修课	bìxiūkè	n.	required/compulsory courses	3
必须	bìxū	adv.	must	28
别担心	bié dānxīn		don't worry	3
不过	búguò	conj.	but; however; yet	25
不小心	bù xiǎoxīn		carelessly; accidentally	19
不行	bùxíng	v.	won't do	7
不用	búyòng	adv.	need not; not have to	27
菜	cài	n.	food; dish	20
茶	chá	n.	tea	17
尝一尝	cháng yi cháng		to try(food);to taste	18
场所	chǎngsuǒ	n.	place	28
衬衫	chènshān	n.	shirt	21
成立	chénglì	v.	to found; to establish	10
乘船	chéng chuán		by boat; to take a boat	30
出发	chūfā	v.	to set out	14
出去	chūqù	v.	to go out	28
出生	chūshēng	v.	to be born	24
窗户	chuānghu	n.	window	5
词典	cídiǎn	n.	dictionary	4
次	cì	m.	*a measure word for event occurance; time*	15
从…… 到……	cóng… dào…		from...to...	8
错	cuò	adj.	wrong	20
打工	dǎgōng	v.	to do a part-time job	29
打扫	dǎsǎo	v.	to clean up; to sweep	26
大号	dàhào	adj.	large-sized	23
大学	dàxué	n.	university	13
淡	dàn	adj.	tasteless	18

当	dāng	v.	to be; to work as	13
德国	Déguó	n.	Germany	6
低	dī	adj.	low	15
地点	dìdiǎn	n.	place; location	12
地方	dìfang	n.	place	26
地图	dìtú	n.	map	15
电脑	diànnǎo	n.	computer	11
电视	diànshì	n.	TV	8
钓鱼	diào yú		to go fishing	14
顶	dǐng	m.	*a measure word used of sth. that has a top*	23
丢	diū	v.	to lose	11
东边	dōngbian	n.	eastside	5
动物	dòngwù	n.	animal	24
豆腐	dòufu	n.	bean curd	16
短	duǎn	adj.	short	23
队	duì	n.	team	6
对不起	duìbuqǐ	v.	sorry	4
对面	duìmiàn	n.	opposite	28
饿	è	v.	hungry	17
发烧	fāshāo	v.	to have a fever	20
发现	fāxiàn	v.	to find; to realize	15
饭馆	fànguǎn	n.	restaurant	17
放	fàng	v.	to put	18
放假	fàngjià	v.	to have a vacation	29
"飞飞"滑板俱乐部	Fēifēi Huábǎn Jùlèbù		Flying Skateboard Club	10
肥	féi	adj.	loose-fitting; loose	23
风景	fēngjǐng	n.	scenery	15

服装	fúzhuāng	n.	clothes; clothing	21
服装节	fúzhuāngjié	n.	fashion day	24
妇女	fùnǚ	n.	women	25
该……了	gāi…le		ought to; it's time to	26
干净	gānjìng	adj.	clean	27
感冒	gǎnmào	v.	to catch a cold	19
感兴趣	gǎn xìngqù		to take interest in	25
刚才	gāngcái	n.	just now; a moment ago	19
高	gāo	adj.	high; tall	15
告诉	gàosu	v.	to tell	10
跟……一样	gēn…yíyàng		the same as	22
工作	gōngzuò	n.	job; occupation	13
公共	gōnggòng	adj.	public	28
公共汽车	gōnggòng qìchē	n.	bus	12
够	gòu	v.	enough	18
古代	gǔdài	n.	ancient times	25
广场	guǎngchǎng	n.	square	12
规定	guīdìng	n.	regulation; rule	28
贵	guì	adj.	expensive	8
果汁	guǒzhī	n.	fruit juice	18
海报	hǎibào	n.	poster	7
汉族	Hànzú	n.	Han nationality	25
好看	hǎokàn	adj.	interesting; nice; good-looking	7
和	hé	prep.	with	12
合适	héshì	adj.	suitable; approprirate	22
河岸	hé'àn	n.	river bank	30
贺卡	hèkǎ	n.	congratulatory card	11
后来	hòulái	n.	later	20
花木兰	Huā Mùlán	n.	*Mulan*	7

滑板	huábǎn	n.	skateboard	10
画	huà	v.	to paint; to draw	24
环境	huánjìng	n.	enviroment	26
换	huàn	v.	to change	22
灰色	huīsè	n.	gray	21
回家	huíjiā	v.	to go home	26
回来	huílái	v.	(to come) back	30
会员	huìyuán	n.	member	10
婚礼	hūnlǐ	n.	wedding	22
活动	huódòng	n.	activity	27
火车站	huǒchēzhàn	n.	railroad station	12
系	jì	v.	to tie	21
计划	jìhuà	n.	plan	30
家庭	jiātíng	n.	family	13
家长会	jiāzhǎnghuì	n.	parents' meeting	13
减肥	jiǎnféi	v.	to lose weight	23
见面	jiànmiàn	v.	to meet; to see	20
建立	jiànlì	v.	to found; to establish	25
建议	jiànyì	n.	suggestion	14
将来	jiānglái	n.	future	13
交响乐	jiāoxiǎngyuè	n.	symphony	6
郊游	jiāoyóu	v.	outing	22
教室	jiàoshì	n.	classroom	5
街	jiē	n.	street	2
结婚	jiéhūn	v.	to get married	22
结束	jiéshù	v.	to come to an end; to conclude	8
介绍	jièshào	v.	introduce	1
借	jiè	v.	to borrow	4
禁止	jìnzhǐ	v.	to forbid	28

镜子	jìngzi	n.	mirror	23
就	jiù	adv.	just	23
就要……了	jiù yào…le		to be about to do; (of sth.) about to happen	9
舅舅	jiùjiu	n.	(maternal)uncle	22
俱乐部	jùlèbù	n.	club	10
捐	juān	v.	to donate	27
决定	juédìng	v.	to decide	15
咖啡	kāfēi	n.	coffee	17
开	kāi	v.	to give (a party); to hold (a meeting)	14
开始	kāishǐ	v.	to start; to begin	9
开学	kāixué	v.	(of school) to start	10
看见	kànjiàn	v.	to see	9
考察	kǎochá	v.	to investigate	30
咳嗽	késou	v.	to cough	19
可口可乐	Kěkǒu kělè	n.	Coca-Cola	16
可惜	kěxī	adj.	pitiable	7
课（程）	kè (chéng)	n.	class; course	3
空儿	kòngr	n.	free time	7
裤子	kùzi	n.	pants	23
快	kuài	adv.	quickly	9
宽敞	kuānchǎng	adj.	spacious	5
矿泉水	kuàngquánshuǐ	n.	mineral water	9
垃圾	lājī	n.	garbage	26
朗文中学	Lǎngwén Zhōngxué	n.	Longman High School	2
老	lǎo	adj.	old	5
了	le	aux.	*used after a verb or an adjective to indicate the completion of a real or expected action or a change*	6

离	lí	prep.	from	5
离婚	líhūn	v.	to divorce	13
李大龙	Lǐ Dàlóng	n.	Li Dalong	1
历史	lìshǐ	n.	history	3
凉	liáng	adj.	cold; cool	20
两边	liǎngbiān	n.	both sides	30
聊天儿	liáotiānr	v.	to chat	11
零花钱	línghuāqián	n.	pocket money	29
领带	lǐngdài	n.	necktie	21
另	lìng	pron.	another; other	2
刘老师	Liú lǎoshi	n.	Mr. Liu (a teacher)	9
流鼻涕	liú bítì		a runny nose	19
流行	liúxíng	adj.	popular	6
留言	liúyán	v.	to leave a message	12
遛	liù	v.	to walk	29
遛狗	liù gǒu		to walk dogs	29
龙	lóng	n.	dragon	24
龙年	lóngnián	n.	the year of the dragon	24
路边	lùbiān	n.	roadside	27
旅行	lǚxíng	v.	to travel	29
律师	lǜshī	n.	lawyer	23
马明	Mǎ Míng	n.	Ma Ming	1
麦当劳店	Màidāngláo Diàn	n.	McDonalds	17
卖	mài	v.	to sell	19
满族	Mǎnzú	n.	Manchu nationality	25
没问题	méi wèntí		no problem; that's OK	19
迷	mí	n.	fan; enthusiast	7
米饭	mǐfàn	n.	(cooked)rice	16
秘书	mìshū	n.	secretary	13

面条儿	miàntiáor	n.	noodles	16
募捐	mùjuān	v.	to collect donations	27
拿	ná	v.	to fetch/take/bring	4
哪个	nǎge	pron.	which	6
哪里	nǎli	pron.	not at all; it's nothing special (*in response to a compliment*)	21
那儿	nàr	pron.	there	4
南边	nánbian	n.	outhside	5
南方	nánfāng	n.	south	29
难	nán	adj.	difficult	3
能	néng	aux.	can	4
你早	nǐ zǎo		good morning	1
年份	niánfèn	n.	particular year	24
年级	niánjí	n.	grade	1
弄	nòng	v.	to make	27
暖和	nuǎnhuo	adj.	warm	15
欧洲	Ōuzhōu	n.	Europe	29
旁边	pángbiān	n.	beside; side	5
皮鞋	píxié	n.	leather shoes	22
便宜	piányì	adj.	cheap	8
片	piàn	m.	*a measure word for things in the form of flat and thin pieces*	5
漂流	piāoliú	v.	to float; to drift	30
票	piào	n.	ticket	7
破	pò	adj.	worn-out; broken; torn	11
骑	qí	v.	to ride	2
旗袍	qípáo	n.	cheongsam	24
前	qián	n.	ahead	2
前边	qiánbian	n.	ahead; front	17

亲爱的	qīn'ài de		dear	30
清朝	Qīngcháo	n.	Qing Dynasty	25
情况	qíngkuàng	n.	things; situation	10
晴	qíng	adj.	(of weather)fine; clear	15
请	qǐng	v.	to treat; to pay for the food, drink etc.	9
请	qǐng	v.	please	23
请假	qǐngjià	v.	to ask for leave	20
请进	qǐng jìn		come in, please	14
庆祝	qìngzhù	v.	to celebrate	14
全家	quánjiā	n.	the entire family	15
然后	ránhòu	adv.	and then; afterwards	29
认识	rènshi	v.	to get to know; to know	1
扔	rēng	v.	to throw; to toss	26
润喉片	rùnhóupiàn	n.	throat lozenge	19
三明治	sānmíngzhì	n.	sandwich	16
嗓子	sǎngzi	n.	throat	19
森林	sēnlín	n.	forest	30
商店	shāngdiàn	n.	store	28
上	shàng	v.	to have/take(classes)	3
上场	shàngchǎng	v.	to enter the court	9
上课	shàngkè	v.	to go to school; to come for class	20
上网	shàngwǎng	v.	to surf on the internet; to log on the internet	11
上学	shàngxué	v.	to go to school	2
生病	shēngbìng	v.	to be ill	20
圣地亚哥	Shèngdìyàgē	n.	San Diego	12
十字路口	shízì lùkǒu	n.	crossroad; intersection	26
时髦	shímáo	adj.	fashionable; stylish	23

食品	shípǐn	n.	food	28
食谱	shípǔ	n.	diet	16
试试	shì shi		to have a try	13
手套	shǒutào	n.	glove	11
瘦	shòu	adj.	tight; fitting too closely	23
书包	shūbāo	n.	school bag	4
叔叔	shūshu	n.	(paternal)uncle	20
属	shǔ	v.	to be born in the year of	24
属相	shǔxiang	n.	any of the 12 symbolic animals of the Chinese zodiac	24
数学	shùxué	n.	mathematics	3
摔伤	shuāishāng	v.	fall and hurt oneself	19
T恤衫	Txùshān	n.	T-shirt	23
太	tài	adv.	too	7
太太	tàitai	n.	Mrs; madame	28
唐装	tángzhuāng	n.	Chinese costume	21
套	tào	m.	*a measure word for series or sets of things*	21
踢球	tī qiú		to play football	22
体育	tǐyù	n.	sports	10
条	tiáo	m.	*a measure word for long or narrow or thin things*	2
条件	tiáojiàn	n.	condition	10
通知	tōngzhī	n.	notice	25
推	tuī	v.	to push	27
完	wán	v.	to finish; to be over	18
晚	wǎn	adj.	late	19
晚饭	wǎnfàn	n.	dinner	16
晚会	wǎnhuì	n.	party	14

王小雨	Wáng Xiǎoyǔ	n.	Wang Xiaoyu	1
忘	wàng	v.	to forget	14
忘记	wàngjì	v.	to forget	18
围巾	wéijīn	n.	scarf	11
卫生间	wèishēngjiān	n.	restroom	28
温度	wēndù	n.	temperature	15
文化	wénhuà	n.	culture	17
文具盒	wénjùhé	n.	pencil-box	4
文学	wénxué	n.	literature	10
午饭	wǔfàn	n.	lunch	16
武术	wǔshù	n.	martial arts	3
舞会	wǔhuì	n.	ball; dance	8
西边	xībian	n.	westside	5
西装	xīzhuāng	n.	Western-style clothes; suit	21
吸烟	xīyān	v.	to smoke; smoking	28
吸烟室	xīyānshì	n.	smoking room	28
希望	xīwàng	v.	to hope; to wish	12
洗	xǐ	v.	to wash	27
洗澡	xǐzǎo	v.	to have a bath	12
夏令营	xiàlìngyíng	n.	summer camp	30
先	xiān	adv.	first	11
香蕉	xiāngjiāo	n.	banana	16
想念	xiǎngniàn	v.	to miss	5
橡皮	xiàngpí	n.	eraser	4
小伙子	xiǎohuǒzi	n.	lad; young man	28
小时	xiǎoshí	n.	hour	14
校园	xiàoyuán	n.	campus	5
鞋	xié	n.	shoe	22
新	xīn	adj.	new	1

休息室	xiūxishì	n.	lobby	28
需要	xūyào	v.	to need	11
选	xuǎn	v.	to choose; to select	3
选修课	xuǎnxiūkè	n.	optional/elective courses	3
学期	xuéqī	n.	semester	30
研究所	yánjiūsuǒ	n.	research insititute	13
盐	yán	n.	salt	18
要	yào	aux.	to need	27
也许	yěxǔ	adv.	perhaps; maybe	30
野餐	yěcān	n.	picnic	15
一般	yìbān	adj.	just so so; ordinary	6
一会儿	yíhuìr		a little while	12
一些	yìxiē	pron.	some	9
一直	yìzhí	adv.	straight	2
以前	yǐqián	n.	in the past; before	13
已经	yǐjīng	adv.	already	8
椅子	yǐzi	n.	chair	5
阴	yīn	adj.	overcast	15
音乐会	yīnyuèhuì	n.	concert	6
迎接	yíngjiē	v.	to greet	12
英语	Yīngyǔ	n.	English	3
赢	yíng	v.	to win	6
有些	yǒuxiē	pron.	some	17
有意思	yǒu yìsi		fun; interesting	7
又……又……	yòu…yòu…		both ... and ... (*reduplicated, with verbs and adjectives*)	17
愉快	yúkuài	adj.	pleasant; delightful	30
雨	yǔ	n.	rain	15
远	yuǎn	adj.	far	5

约	yuē	v.	to make an appointment	20
运动鞋	yùndòngxié	n.	sports shoes	22
杂志	zázhì	n.	magazine	4
在	zài	adv.	*used to indicate action in progress*	11
再	zài	adv.	again; once more	12
脏	zāng	adj.	dirty	27
早晨	zǎochen	n.	morning	15
早饭	zǎofàn	n.	breakfast	16
长	zhǎng	v.	to grow	24
照片	zhàopiàn	n.	photo; picture	13
这么	zhème	pron.	so; like this	27
这儿	zhèr	pron.	here	8
真	zhēn	adv.	really	21
真的	zhēn		de really	7
正在	zhèngzài	adv.	in process of; in course of	11
挣	zhèng	v.	to earn	29
支	zhī	m.	*a measure word for long, thin, and inflexible objects*	12
知道	zhīdào	v.	to know	15
只是	zhǐshì	adv.	just; only; nothing but	18
中国菜	zhōngguócài	n.	Chinese food	20
中国人	zhōngguórén	n.	Chinese people	17
中学	zhōngxué	n.	high school	2
钟声	zhōngshēng	n.	bell toll	12
粥	zhōu	n.	porridge	16
主意	zhǔyi	n.	idea	14
注意	zhùyì	v.	to pay attention	30
准备	zhǔnbèi	v.	to prepare	9
桌子	zhuōzi	n.	desk; table	5

资料	zīliào	n.	data; material	11
自己	zìjǐ	pron.	own; oneself	13
自行车	zìxíngchē	n.	bicycle	2
总是	zǒngshì	adv.	always; most of the time	8
走路	zǒu lù		to walk	5
足球	zúqiú	n.	soccer; football	6
最好	zuìhǎo	adv.	had better	19
遵守	zūnshǒu	v.	to obey	28
坐车	zuò chē		to take a bus/car	2
做	zuò	v.	to make; to do	7

(共365个)

III Chinese Characters

Characters		Pinyin	Lesson	Characters		Pinyin	Lesson
爱	愛	ài	8	衬	襯	chèn	21
安	安	ān	1	成	成	chéng	10
岸	岸	àn	30	乘	乘	chéng	30
巴	巴	bā	6	出	出	chū	14
把	把	bǎ	5	船	船	chuán	30
班	班	bān	1	窗	窗	chuāng	5
般	般	bān	6	词	詞	cí	4
板	板	bǎn	10	答	答	dá	29
帮	幫	bāng	3	代	代	dài	25
饱	飽	bǎo	18	淡	淡	dàn	18
保	保	bǎo	27	到	到	dào	8
报	報	bào	7	道	道	dào	15
杯	杯	bēi	16	德	德	dé	6
备	備	bèi	9	的	的	de	30
本	本	běn	4	典	典	diǎn	4
鼻	鼻	bí	19	钓	釣	diào	14
比	比	bǐ	6	顶	頂	dǐng	23
必	必	bì	3	定	定	dìng	15
变	變	biàn	25	丢	丢	diū	11
病	病	bìng	20	豆	豆	dòu	16
菜	菜	cài	20	短	短	duǎn	23
餐	餐	cān	15	儿	兒	ér	4
茶	茶	chá	17	饭	飯	fàn	16
察	察	chá	30	方	方	fāng	26
尝	嘗	cháng	18	放	放	fàng	18
敞	敞	chǎng	5	飞	飛	fēi	29
朝	朝	cháo	25	啡	啡	fēi	17

肥	肥	féi	23	灰	灰	huī	21
风	風	fēng	15	回	回	huí	26
腐	腐	fǔ	16	婚	婚	hūn	13
妇	婦	fù	25	活	活	huó	27
副	副	fù	11	火	火	huǒ	12
刚	剛	gāng	23	伙	夥	huǒ	28
告	告	gào	10	坂	坂	jī	26
工	工	gōng	13	机	機	jī	29
公	公	gōng	12	级	級	jǐ	1
够	夠	gòu	18	计	計	jǐ	30
古	古	gǔ	25	记	記	jì	18
馆	館	guǎn	17	系	繫	jì	21
广	廣	guǎng	12	减	減	jiǎn	23
贵	貴	guì	8	建	建	jiàn	14
好	好	hào	8	将	將	jiāng	13
合	合	hé	22	交	交	jiāo	6
河	河	hé	30	郊	郊	jiāo	22
贺	賀	hè	11	蕉	蕉	jiāo	16
喉	喉	hóu	19	接	接	jiē	12
户	戶	hù	5	街	街	jiē	2
护	護	hù	26	结	結	jié	8
花	花	huā	7	介	介	jiè	1
滑	滑	huá	10	借	借	jiè	4
化	化	huà	17	巾	巾	jìn	11
划	劃	huà	30	进	進	jìn	14
画	畫	huà	24	禁	禁	jìn	28
环	環	huán	26	景	景	jǐng	15
换	換	huàn	22	净	淨	jìng	27

境	境	jìng	26		零	零	líng	29
究	究	jiū	13		领	領	lǐng	21
就	就	jiù	9		另	另	lìng	2
舅	舅	jiù	22		令	令	lìng	30
具	具	jù	4		刘	劉	liú	9
俱	俱	jù	10		留	留	liú	12
捐	捐	juān	27		流	流	liú	6
决	決	jué	15		遛	遛	liù	29
咖	咖	kā	17		龙	龍	lóng	1
卡	卡	kǎ	11		旅	旅	lǚ	29
考	考	kǎo	30		律	律	lǜ	13
咳	咳	ké	19		马	馬	mǎ	1
课	課	kè	3		麦	麥	mài	17
空	空	kòng	7		卖	賣	mài	19
裤	褲	kù	23		满	滿	mǎn	25
宽	寬	kuān	5		髦	髦	máo	23
况	況	kuàng	10		冒	冒	mào	19
矿	礦	kuàng	9		帽	帽	mào	23
垃	垃	lā	26		迷	迷	mí	7
兰	蘭	lán	7		米	米	mǐ	16
朗	朗	lǎng	2		秘	秘	mì	13
劳	勞	láo	17		募	募	mù	27
了	了	le	6		拿	拿	ná	4
离	離	lí	13		南	南	nán	5
李	李	lǐ	1		难	難	nán	3
历	歷	lì	3		脑	腦	nǎo	11
立	立	lì	10		妮	妮	nī	1
聊	聊	liáo	11		念	念	niàn	5

弄	弄	nòng	27	润	潤	rùn	19
女	女	nǔ	25	三	三	sān	16
暖	暖	nuǎn	15	嗓	嗓	sǎng	19
欧	歐	ōu	29	扫	掃	sǎo	26
旁	旁	páng	5	森	森	sēn	30
袍	袍	páo	24	衫	衫	shān	21
皮	皮	pí	4	伤	傷	shāng	19
便	便	pián	8	商	商	shāng	28
片	片	piàn	5	烧	燒	shāo	20
票	票	piào	7	绍	紹	shào	1
品	品	pǐn	28	声	聲	shēng	12
破	破	pò	11	十	十	shí	26
谱	譜	pǔ	16	识	識	shí	1
骑	騎	qí	2	食	食	shí	16
旗	旗	qí	24	史	史	shǐ	3
汽	汽	qì	12	试	試	shì	13
前	前	qián	2	视	視	shì	8
亲	親	qīn	30	适	適	shì	22
清	清	qīng	25	室	室	shì	5
情	情	qíng	10	手	手	shǒu	11
晴	晴	qíng	15	瘦	瘦	shòu	23
请	請	qǐng	1	书	書	shū	4
庆	慶	qìng	14	叔	叔	shū	20
趣	趣	qù	25	属	屬	shǔ	24
全	全	quán	15	束	束	shù	8
泉	泉	quán	9	术	術	shù	3
认	認	rèn	26	数	數	shù	3
扔	扔	rēng	26	摔	摔	shuāi	19

水	水	shuǐ	9	响	響	xiǎng	6
嗽	嗽	sòu	19	想	想	xiǎng	5
思	思	sī	7	相	相	xiàng	24
诉	訴	sù	10	橡	橡	xiàng	4
所	所	suǒ	13	些	些	xiē	9
太	太	tài	7	鞋	鞋	xié	22
唐	唐	táng	21	修	修	xiū	3
套	套	tào	11	须	須	xū	28
踢	踢	tī	22	需	需	xū	11
涕	涕	tì	19	许	許	xǔ	30
条	條	tiáo	2	恤	恤	xù	23
庭	庭	tíng	13	选	選	xuǎn	3
通	通	tōng	25	烟	煙	yān	28
图	圖	tú	15	言	言	yán	12
推	推	tuī	27	研	研	yán	13
完	完	wán	18	野	野	yě	15
晚	晚	wǎn	14	宜	宜	yí	8
忘	忘	wàng	14	已	已	yǐ	8
望	望	wàng	12	椅	椅	yǐ	5
围	圍	wéi	11	译	譯	yì	14
温	溫	wēn	15	意	意	yì	7
问	問	wèn	1	阴	陰	yīn	15
武	武	wǔ	3	英	英	yīng	3
舞	舞	wǔ	8	营	營	yíng	30
吸	吸	xī	28	赢	贏	yíng	6
希	希	xī	12	又	又	yòu	17
惜	惜	xī	7	鱼	魚	yú	14
洗	洗	xǐ	12	愉	愉	yú	30

育	育	yù	10
园	園	yuán	5
约	約	yuē	20
运	運	yùn	9
脏	臟	zāng	27
澡	澡	zǎo	12
站	站	zhàn	12
照	照	zhào	13
者	者	zhě	10
真	真	zhēn	21
正	正	zhèng	11
挣	掙	zhèng	29
支	支	zhī	12
汁	汁	zhī	18
知	知	zhī	15
直	直	zhí	2
止	止	zhǐ	28
只	祇	zhǐ	18

治	治	zhì	16
钟	鐘	zhōng	12
种	種	zhǒng	6
洲	洲	zhōu	29
粥	粥	zhōu	16
注	注	zhù	30
装	裝	zhuāng	21
准	準	zhǔn	9
桌	桌	zhuō	5
资	資	zi	11
自	自	zì	2
总	總	zǒng	8
足	足	zú	6
族	族	zú	25
作	作	zuò	13
坐	坐	zuò	2
做	做	zuò	7

（共313个）